വംശഹത്യയുടെ രാഷ്ട്രീയം

Vamsahathyayude Rastreeyam
BBC Documentary

Prepared By
G Vijayakumar
Arya Jinadevan

CHINTHA PUBLISHERS
Thiruvananthapuram

First Edition
March 2023

Published & Typesetting
Chintha Publishers, Thiruvananthapuram

Printed at
Time Offset Printers, Thiruvananthapuram

Cover Design
Vinod Mangoes

ISBN : 978-93-94753-83-9

CO - 3235 / 6387

₹ 140

Email: chinthapublishers@gmail.com
Website: www.chinthapublishers.com

A version is available at National Libraries
Kolkata, Mumbai, Chennai and Delhi

Distribution
DESHABHIMANI BOOKHOUSE
H O Thiruvananthapuram 695035

Branch
Head Office Kunnukuzhi • Statue Thiruvananthapuram
KSRTC Bus Terminal Thampanoor • Saphalyam Complex Thiruvananthapuram
KSRTC Bus Station Alappuzha • KSRTC Bus Station Ernakulam
Machingal Lane Thrissur • IG Road Kozhikode
Mavoor Road Kozhikode • NGO Union Building Kannur
Central Bus Terminal Complex Thavakkara Kannur

വംശഹത്യയുടെ രാഷ്ട്രീയം

ബി ബി സി ഡോക്യുമെന്ററി

പരാവർത്തനം
ജി വിജയകുമാർ
ആര്യ ജിനദേവൻ

ചിന്ത പബ്ലിഷേഴ്സ്
തിരുവനന്തപുരം-695 035
വില : ₹ 140

ജി വിജയകുമാർ

സംസ്ഥാന സർക്കാർ സർവ്വീസിൽ 30 വർഷം - സർവ്വേ വകുപ്പ് ജീവനക്കാരനായിരുന്നു. കേരള എൻ ജി ഒ യൂണിയൻ സംസ്ഥാന സെക്രട്ടറി, *കേരള സർവ്വീസ്* മാസികയുടെ എഡിറ്റർ എന്നീ നിലകളിൽ പ്രവർത്തിച്ചിട്ടുണ്ട്. ഇപ്പോൾ *ചിന്ത* വാരികയുടെ പത്രാധിപ സമിതി അംഗം.

കൃതികൾ : *ആണവകരാർ അടിമത്തത്തിലേക്കുള്ള കാൽവെപ്പ്, അറബ് വസന്തം മുതൽ വാൾസ്ട്രീറ്റ് പിടിച്ചെടുക്കൽ വരെ, ക്യൂബ സോഷ്യലിസത്തിന്റെ പാതയിൽ തന്നെ, മാധ്യമ നുണകളുടെ പെരുമഴക്കാലം, വധശിക്ഷ ഭീകരത യാക്കൂബ് മേമൻ, ഹ്യൂഗോ ഷാവേസും ഇരുപത്തിയൊന്നാം നൂറ്റാണ്ടിലെ സോഷ്യലിസവും, ലാറ്റിനമേരിക്കൻ ജനകീയ ചരിത്രം, ചുവന്ന സൂര്യന്റെ ഉദയാസ്തമയം, മാർക്സിന്റെ സമരങ്ങൾ, ഒക്ടോബർ വിപ്ലവം.*

പരിഭാഷകൾ: കാൾ മാർക്സിന്റെ *ഗോഥാ പരിപാടിയെക്കുറിച്ചുള്ള വിമർശനം*, ചെഗുവേരയുടെ *മോട്ടോർ സൈക്കിൾ ഡയറി*, മാർക്സ് & എംഗൽസ് ജീവചരിത്രക്കുറിപ്പ്, അന്റോണിയോ ഗ്രാംഷിയുടെ *തത്ത്വശാസ്ത്രത്തിന്റെ പഠനം*, അൽത്തൂസറിന്റെ *മൂലധനത്തിനൊരു മുഖവുര*, പ്രഭാത് പട്നായക്കിന്റെ *മുതലാളിത്തത്തിന്റെ പ്രതിസന്ധിയും സോഷ്യലിസത്തിന്റെ ഭാവിയും.*

വിലാസം : ദീപ്തി, TC 20/1884 (17)
ARA -E 40, തമലം
പൂജപ്പുര പി ഒ, തിരുവനന്തപുരം 695 012
ഫോൺ : 9446383414
ഇ- മെയിൽ : vijayan.chintha@gmail.com

ആര്യ ജിനദേവൻ

ഇടുക്കി ജില്ലയിലെ തൂക്കുപാലത്ത് ജനനം. തൃശ്ശൂർ കേരള വർമ്മ കോളേജിൽനിന്ന് പൊളിറ്റിക്കൽ സയൻസിൽ ബിരുദവും ചാലക്കുടി പനമ്പിള്ളി ഗോവിന്ദമേനോൻ സ്മാരക ഗവ. കോളേജിൽനിന്ന് ബിരുദാനന്തര ബിരുദവും. എസ് എഫ് ഐ സംസ്ഥാന കമ്മിറ്റി അംഗമായിരുന്നു. ഇപ്പോൾ *ചിന്ത* വാരികയിൽ സബ് എഡിറ്റർ.

അച്ഛൻ : പി ജി ജിനദേവൻ
അമ്മ : ലൈല ജിനദേവൻ
ജീവിതപങ്കാളി : ആഷിൻ ആന്റണി

ഉള്ളടക്കം

പ്രസാധകക്കുറിപ്പ്

സ്വതന്ത്ര ഇന്ത്യയുടെ ചരിത്രത്തിലെ ഏറ്റവും വലിയ തീരാക്കളങ്കങ്ങളിലൊന്നായിരിക്കും ഗുജറാത്തിലെ ന്യൂനപക്ഷ വംശഹത്യ. ഭരണകൂടത്തിന്റെ മൗനാനുവാദത്തോടുകൂടി, അതല്ലെങ്കിൽ അവരുടെ ആസൂത്രണത്തിൽ നടപ്പിലാക്കപ്പെട്ട കൂട്ടക്കൊലകളിൽ നഷ്ടപ്പെട്ടത് രണ്ടായിരത്തിലധികം ജീവനുകളാണ്. ലക്ഷക്കണക്കിനാളുകൾക്ക്, ജനിച്ചുവളർന്ന നാടും വീടും വിട്ട് ഓടി രക്ഷപ്പെടേണ്ടി വന്നു. പതിനായിരക്കണക്കിനാളുകളുടെ ജീവനോപാധികൾ എന്നെന്നേക്കുമായി നഷ്ടപ്പെട്ടു. ഒരു പ്രത്യേക മത വിഭാഗത്തിന്റേതെന്നു കരുതുന്ന കടകമ്പോളങ്ങളും കച്ചവടകേന്ദ്രങ്ങളും കത്തി ചാമ്പലാക്കപ്പെട്ടു. ഗുജറാത്തിൽ വിതറിയ ഭീതിയിൽനിന്ന്, അത് പാകിയ വർഗീയ വിഭജനത്തിൽനിന്ന് രാഷ്ട്രീയ മുതലെടുപ്പ് നടത്തിയവർ അധികാരത്തിന്റെ ഉത്തുംഗ ശ്രേണിയിലേക്ക് എടുത്തുയർത്തപ്പെട്ടു എന്നത് ചരിത്രത്തിലെ മറ്റൊരു വിരോധാഭാസം. പിന്തിരിഞ്ഞു നോക്കുമ്പോൾ ഗുജറാത്തിലെ വംശഹത്യയും അതിലേക്കു നയിച്ച ഗോധ്ര സംഭവവും ഒരു ആസൂത്രിത തിരക്കഥയായിരുന്നവെന്ന് ആരെങ്കിലും സംശയിക്കുകയാണെങ്കിൽ അവരെ കുറ്റപ്പെടുത്താനാവില്ല. കാരണം സത്യം പുറത്തുകൊണ്ടുവരാൻ ശ്രമിച്ചവർ പലരും, അന്നത്തെ ഗുജറാത്ത് പൊലീസിലെ ഉന്നതർ ചിലരടക്കം വേട്ടയാടപ്പെടുകയും ഇരുമ്പഴികൾക്കുള്ളിലാവുകയും ചെയ്തത് മാത്രം മതി ഗുജറാത്ത് വംശഹത്യയുമായി ബന്ധപ്പെട്ട സംശയത്തിന്റെ കരിനിഴൽ മാറാതെ നിൽക്കുവാൻ. കുടത്തിലടച്ചു എന്ന് കരുതിയ ഭൂതത്തെയാണ് ഗുജറാത്ത് കലാപത്തിലെ ഉന്നത ബന്ധങ്ങൾ വെളിവാക്കുന്ന ബി ബി സി ഡോക്യുമെന്ററി പുറത്തഴിച്ചുവിട്ടത്. പ്രസ്തുത ഡോക്യുമെന്ററിയുടെ ഉള്ളടക്കവും അതുമായി ബന്ധപ്പെട്ട പഠനങ്ങളുടെയും പുസ്തകരൂപമാണിത്.

ചിന്ത പബ്ലിഷേഴ്സ്

NDIA

Modi Question

ഇന്ത്യ

ദ മോദി ക്വസ്റ്റ്യൻ

ബിബിസി ഡോക്യുമെന്ററി

പൂർണരൂപം

ഇന്ത്യ: ദ മോദി ക്വസ്റ്റ്യൻ

ഗുജറാത്തിലെ അഹമ്മദാബാദ് നഗരത്തിന്റെ വ്യോമദൃശ്യം. രാത്രിയുടെ ഇരുട്ടിൽ തിളങ്ങുന്ന നഗരക്കാഴ്ച. ഈ പശ്ചാത്തലത്തിൽ മുഴങ്ങിക്കേൾക്കുന്നത് കലാപത്തിന് ആഹ്വാനം ചെയ്തുകൊണ്ടുള്ള ഒരു ഹിന്ദു തീവ്രവാദിയുടെ വാക്കുകൾ:

''കൊല്ലാനോ മരിക്കാനോ തയ്യാറാകുക. ഇതല്ലാതെ മറ്റൊരു മാർഗ്ഗമില്ല. ഇവിടെ പൊലീസുണ്ട്, നേതാക്കളുണ്ട്, സൈന്യമുണ്ട്; ഓരോ ഹിന്ദുവും വംശശുദ്ധി വരുത്തുന്നതിനായി സ്വയം മാറണം; അവിശ്വാസികളുടെ തലയറുക്കാൻ നമുക്കിവിടെ വേണ്ടത്ര മഴുവുണ്ട്; ഹർഹർ മഹാദേവ്, ഹർ...ഹർ... മഹാദേവ്.''

സ്ക്രീനിൽ ഒരു മാധ്യമ പ്രവർത്തകന്റെ നിറഞ്ഞുനിൽക്കുന്ന ദൃശ്യം. അദ്ദേഹം സംസാരിക്കുകയാണ്.

''എന്റെ പേര് അലിഷാൻ ജാഫ്രി. ഞാനൊരു മാധ്യമ പ്രവർത്തകനാണ്. വെറുപ്പും വിദ്വേഷവുമായി ബന്ധപ്പെട്ട കുറ്റകൃത്യങ്ങളാണ് ഞാൻ സ്ഥിരമായി റിപ്പോർട്ടു ചെയ്യുന്നത്. ഇന്ത്യ തീവ്രവാദ രാഷ്ട്രീയത്തിന്റെ പിടിയിലാണ്. മുസ്ലീങ്ങൾക്കെതിരായ വംശഹത്യയ്ക്കുള്ള ആഹ്വാനം ഇവിടെ ന്യായീകരിക്കപ്പെടുന്നു, വർധിച്ചുവരുന്നു."

ദൃശ്യത്തിൽ അലിഷാൻ ജാഫ്രിയുടെ മുഖം തെളിഞ്ഞു നിൽക്കുന്നു. പശ്ചാത്തലത്തിൽ വീണ്ടും ഹിന്ദു തീവ്രവാദിയുടെ കലാപാഹ്വാനം: 'ഈ രാജ്യത്തെ ഹിന്ദുരാഷ്ട്രമാക്കുന്നതിനുവേണ്ടി നമ്മൾ പൊരുതും, വേണ്ടി വന്നാൽ കൊന്നൊടുക്കും, നാമതിന് തയ്യാറാകണം, ഭാരത് മാതാ കീ ജയ്!''

വീണ്ടും അലിഷാൻ ജാഫ്രി സംസാരിക്കുന്നു: "ഇത് കലാപത്തിനുള്ള പ്രത്യക്ഷ ആഹ്വാനം തന്നെയാണ് - ഇന്ത്യയെ ഒരു ഹിന്ദുരാഷ്ട്രമാക്കി മാറ്റാനുള്ള കലാപം."

വീണ്ടും കലാപാഹ്വാനം: "നാമെല്ലാവരും ആയുധങ്ങൾ ഉപയോഗിക്കാൻ പഠിക്കണം. അവിശ്വാസികളെ മുഴുവൻ കൊന്നൊടുക്കണം."

അലിഷാൻ ജാഫ്രിയുടെ വാക്കുകൾ:

"ഈ രാജ്യത്തിന്റെ പ്രധാനമന്ത്രി ഇതിനെതിരെ പറയുമായിരിക്കും. പക്ഷേ, അദ്ദേഹം ഒന്നും മിണ്ടുന്നില്ല."

പശ്ചാത്തലത്തിൽ പ്രധാനമന്ത്രിയായി ചുമതലയേൽക്കാനെത്തുന്ന മോദിയുടെ വാഹനവ്യൂഹം; അന്തരീക്ഷത്തിൽ അനുയായികളുടെ ആരവങ്ങൾ; സത്യപ്രതിജ്ഞ ചെയ്യുന്ന മോദിയുടെ ചിത്രം തെളിയുന്നു. അന്തരീക്ഷത്തിൽ ബിബിസി അവതാരകയുടെ ശബ്ദം; "ഇപ്പോഴദ്ദേഹം, നരേന്ദ്ര ദാമോദർ ദാസ് മോദി, ലോകത്തിലെ ഏറ്റവും വലിയ ജനാധിപത്യ രാജ്യത്തിന്റെ നേതാവാണ്."

മോദി അധികാരമേൽക്കുന്നതിന്റെ ആരവങ്ങൾ. ഭാരത് മാതാ കീ ജയ് എന്ന മോദിയുടെ വാക്കുകൾ ഏറ്റുവിളിക്കുന്ന അനുയായികൾ.

പൊടുന്നനെ പശ്ചാത്തലത്തിൽ വെടിവെയ്പിന്റെയും കലാപത്തിന്റെയും ചിതറിയോടുന്ന ആൾക്കൂട്ടത്തിന്റെയും ദൃശ്യങ്ങൾ; അന്തരീക്ഷത്തിൽ അവതാരകയുടെ ശബ്ദം:

"രാജ്യത്തിന് സമൃദ്ധിയുടേതായ പുതുയുഗം വാഗ്ദാനം ചെയ്താണ് മോദി അധികാരത്തിൽ വരുന്നത്. എന്നാൽ അദ്ദേഹത്തിന്റെ ഭരണകാലം

ജിൽ മക്ഗിവറിങ്

അലിഷാൻ ജാഫ്രി

വർഗീയ കലാപങ്ങളാലാണ് അടയാളപ്പെടുത്തപ്പെടുന്നത്. മുസ്ലിം ന്യൂന പക്ഷങ്ങൾക്കെതിരായ വിവേചനമായി ഒട്ടേറെ ആളുകൾ കരുതുന്ന പുതിയ പൗരത്വ നിയമത്തോടുള്ള എതിർപ്പും തീക്ഷ്ണമായ പ്രതിഷേധങ്ങളുമാണ് രാജ്യത്ത് ഉയരുന്നത്. ഈ നിയമം മോദി വാഴ്ചയുടെ കടുത്ത മുസ്ലീം വിരോധമാണ് പ്രകടമാക്കുന്നത്. ഇന്ത്യയിലെ മുസ്ലീം സമൂഹവുമായുള്ള നരേന്ദ്രമോദിയുടെ മോശമായ ബന്ധത്തിന്റെ കഥ പറയുകയാണ് ഈ പരമ്പര."

സ്ക്രീനിൽ ഹിന്ദു വർഗീയവാദികളുടെ അഴിഞ്ഞാട്ടത്തിന്റെ ദൃശ്യം. ഒരു ആർ എസ് എസുകാരന്റെ കൊലവിളി:

''കൊല്ലവരെ, ഇത് ഞങ്ങളുടെ നാട്, ഹിന്ദുസ്ഥാൻ ഞങ്ങളുടേത്!"

അടുത്ത ദൃശ്യം ആർ എസ് എസിന്റെ റൂട്ടുമാർച്ച്. അവതാരകയുടെ ശബ്ദം:

''ബാലനായിരിക്കെത്തന്നെ മോദി ആർ എസ് എസിൽ ചേർന്നു. അതിന്റെ പ്രവർത്തനങ്ങളിൽ സജീവമായി. ഇന്ത്യ ഹിന്ദുക്കളുടേതാണെന്ന് വിശ്വസിക്കുന്ന സംഘടനയാണ് ആർ എസ് എസ്. നൂറുകണക്കിനു മുസ്ലീങ്ങളുടെ വായടപ്പിക്കുന്നതിനേക്കാൾ എളുപ്പം അവരെ കൊന്നൊടുക്കലാണെന്ന് വിശ്വസിക്കുന്ന സംഘടനയാണ് ആർ എസ് എസ്."

''മുകളിൽനിന്നുള്ള ഉത്തരവുപ്രകാരം മാത്രമാണ് എല്ലാ കാര്യങ്ങളും ആർ എസ് എസിൽ സംഭവിക്കുന്നത്. മോദിയുടെ സ്വീകാര്യതയും ബഹുമാന്യതയുമെല്ലാം ഇതിനെ ആശ്രയിച്ചാണ്".

സ്ക്രീനിൽ മോദിയും ബിബിസി റിപ്പോർട്ടർ ജിൽ മക്ഗിവറിങ് തമ്മിൽ നടത്തിയ അഭിമുഖം.

റിപ്പോർട്ടർ: "മുഖ്യമന്ത്രിയെന്ന നിലയിൽ അക്രമം ഒഴിവാക്കാൻ അങ്ങേയ്ക്ക് പലതും ചെയ്യാമായിരുന്നു. ഒരുപാടു മുസ്ലീങ്ങളുടെ ജീവൻ രക്ഷിക്കാൻ കഴിയുമായിരുന്നു?"

മോദി: ''നിങ്ങളുടെ അഭിപ്രായത്തോട് എനിക്ക് യോജിക്കാനാവില്ല. യോജിക്കുന്നില്ല. എവിടെനിന്നാണ് നിങ്ങൾക്കീ വിവരങ്ങൾ കിട്ടിയത്? ഏതോ ചവറ്റുകൊട്ടയിൽനിന്ന് പെറുക്കിയെടുത്ത സാധനങ്ങൾകൊണ്ടാണ് നിങ്ങൾ എന്നെ ചോദ്യം ചെയ്യുന്നത്." മോദി വാക്കുകൾ കടുപ്പിക്കുന്നു.

സ്ക്രീനിൽ, പ്രധാനമന്ത്രി മോദി അകമ്പടിയോടെ കടന്നുവരുന്നു. അവതാരകയുടെ ശബ്ദമാണ് ഇപ്പോൾ കേൾക്കുന്നത്:

''ഇന്ത്യയുടെ പരമോന്നത നീതിപീഠം ക്രിമിനൽ ഗൂഢാലോചനയെന്ന കുറ്റകൃത്യത്തിൽനിന്ന് മോദിയെ ഒഴിവാക്കിക്കഴിഞ്ഞ വിവരം നമുക്കെല്ലാം അറിയാമല്ലോ."

സ്ക്രീനിൽ ഇപ്പോൾ തെളിയുന്നത് ബി ജെ പിയുടെ മുൻ എം പിയും നാഷണൽ എക്സിക്യൂട്ടീവ് അംഗവുമായ സ്വപൻ ദാസ് ഗുപ്ത അണ്. അദ്ദേഹം പറയുന്നു: ''നരേന്ദ്രമോദിയെ രാഷ്ട്രീയമായി തകർക്കുക എന്നതാണ് അജൻഡയെന്ന് വളരെ വ്യക്തമാണ്. എല്ലാത്തിന്റെയും ഉത്തരവാദിത്വം മോദിയുടെ തലയിൽവെക്കാൻ വളരെ നാളായി ശ്രമം നടക്കുകയാണ്."

ആംനസ്റ്റി ഇന്റർനാഷണലിന്റെ ഇന്ത്യയിലെ ചെയർമാനായ ആകാർ പട്ടേൽ സംസാരിക്കുന്നു: ''ഒരു പുതിയ ഇന്ത്യ കെട്ടിപ്പടുക്കുമെന്നാണ് മോദി വാഗ്ദാനം ചെയ്യുന്നത്. എന്നാൽ ഇന്ത്യയിലെ ന്യൂനപക്ഷത്തിലെ മഹാഭൂരിപക്ഷം വരുന്നവരെ സംബന്ധിച്ചിടത്തോളം, ദശലക്ഷക്കണക്കിനു വരുന്ന ജനവിഭാഗങ്ങളെ സംബന്ധിച്ചിടത്തോളം, ഇതർത്ഥമാക്കുന്നത് അങ്ങനെയല്ല."

സ്ക്രീനിൽ എഴുത്തുകാരിയും സാമൂഹ്യ പ്രവർത്തകയുമായ അരുന്ധതി റോയ്. അവർ സംസാരിക്കുകയാണ്: "ദശലക്ഷക്കണക്കിനു വരുന്ന മുസ്ലീങ്ങളെ സംബന്ധിച്ചിടത്തോളം, മോദി വാഴ്ച്ച ഈ രാജ്യത്തെ ഹിന്ദു രാഷ്ട്രമാക്കുകയാണ്''

കൈയുയർത്തി നിന്ന് ആരാധകരോട് സംസാരിക്കുന്ന പ്രധാനമന്ത്രി മോദിയുടെ ദൃശ്യം സ്ക്രീനിൽ. 'ഹർ...ഹർ മഹാദേവ്' എന്ന് നീട്ടി മന്ത്രോച്ചാരണം നടത്തുന്ന മോദി.

കൈയുയർത്തിനിൽക്കുന്ന മോദിയുടെ ചിത്രത്തോടുകൂടിയ സ്ക്രീനിൽ ഡോക്യുമെന്ററിയുടെ ടൈറ്റിൽ തെളിഞ്ഞുവരുന്നു - INDIA The Modi Question.

സ്ക്രീനിൽ അക്ഷരങ്ങൾ തെളിഞ്ഞുവരുന്നു: 'ഇന്ത്യയിലെ മുപ്പതിലേറെ ആളുകൾ ഈ പരമ്പരയിൽ പങ്കാളികളാകാനും അഭിപ്രായം പറ

യാനും തയ്യാറായില്ല. തങ്ങളുടെ സുരക്ഷയെ സംബന്ധിച്ചുള്ള ഭയമാണ് കാരണം. തങ്ങൾക്കെന്തു സംഭവിക്കുമെന്നതിനെക്കുറിച്ചുള്ള ആശങ്ക യാണ്.' ഈ ഡോക്യുമെന്ററിയിലെ ആരോപണങ്ങളെക്കുറിച്ച് പ്രതിക രിക്കാൻ ഇന്ത്യാ ഗവൺമെന്റ് തയ്യാറായില്ല.'

ചെറുപ്പക്കാരനായ ഒരാൾ നടന്നുവരുന്ന ദൃശ്യം സ്ക്രീനിൽ. അയാൾ സംസാരിക്കുകയാണ്: ''എന്റെ പേര് ഇമ്രാൻ ദാവൂദ്. ഞാൻ താമസി ക്കുന്നത് യോർക്ക് ഷെയറിൽ (ഇംഗ്ലണ്ട്) ആണ്. എന്റെ മുത്തശ്ശനും മുത്തശ്ശിയും ഇന്ത്യയിൽനിന്നു വന്നവരാണ്. എന്റെ പിതാവ് ഇന്ത്യയി ലുള്ള ഞങ്ങളുടെ കുടുംബാംഗങ്ങളിൽനിന്നും കലാപത്തെക്കുറിച്ചുള്ള വിവരങ്ങൾ കേട്ട്, അവർക്കെന്താണ് സംഭവിക്കുന്നതെന്നറിഞ്ഞ് അസ്വ സ്ഥനാവുകയായിരുന്നു. ഇന്ത്യയിലെന്താണ് നടക്കുന്നതെന്നറിയാനുള്ള ആഗ്രഹം അദ്ദേഹം പ്രകടിപ്പിച്ചു. അങ്ങനെ എന്റെ പതിനെട്ടാമത്തെ വയസ്സിൽ ഇന്ത്യയിലേക്കൊരു യാത്ര നടത്താനുള്ള വലിയൊരു അവ സരം എനിക്ക് ലഭിച്ചു. ഷക്കീൽ, സെയ്ദ് ദാവൂദ് എന്ന രണ്ട് അമ്മാവ ന്മാരും എന്റെ കൂടെ ഉണ്ടായിരുന്നു. തൊട്ടയൽവാസിയായ മുഹമ്മദും ഒപ്പമുണ്ടായി. താജ്മഹൽ സന്ദർശിച്ച ശേഷമാണ് ഗുജറാത്തിലേക്ക് ഞങ്ങൾ പോയത് – ഒരു നീണ്ട യാത്ര.''

ഗുജറാത്ത് 2002

സ്ക്രീനിൽ ഗുജറാത്തിലെ ഒരു ഗ്രാമം. അക്ഷരങ്ങൾ തെളിയുന്നു – ഗുജറാത്ത് സംസ്ഥാനം, 2002 ഫെബ്രുവരി 28.

ഇമ്രാൻ ദാവൂദ് തുടരുന്നു: ''ഞങ്ങൾ ഗുജറാത്തിൽ എത്തിയപ്പോൾ ഡ്രൈവർ പറഞ്ഞ കാര്യങ്ങൾ ഞാനിന്നും ഓർമിക്കുന്നു – 'കുട്ടികളെ, നാമിപ്പോൾ വീട്ടിലെത്തിയിരിക്കുന്നു, നമ്മുടെ സ്വന്തം വീട്."

"അപ്പോൾ ഒരു റോഡുപരോധത്തിൽ ഞങ്ങൾ അകപ്പെട്ടു. ഹിന്ദുത്വ മുദ്രാവാക്യങ്ങൾ മുഴക്കിക്കൊണ്ട് അക്രമാസക്തമായ ഒരുകൂട്ടം ആളു കൾ ഞങ്ങളെ തടഞ്ഞു. കാറിന്റെ ഗ്ലാസ്സിൽ അറബി ഭാഷയിൽ ഖുറാൻ വചനങ്ങളെഴുതുന്നത് ഒരു പതിവായിരുന്നു. ഈ കാറിലും അതുണ്ടാ യിരുന്നു. അതിൽനിന്നുതന്നെ കാറുടമ മുസ്ലീം ആണെന്ന് അവർക്ക് വ്യക്തമായി. അതുകൊണ്ടുതന്നെ കാറും ഡ്രൈവറും ആക്രമിക്കപ്പെട്ടു. പെട്ടെന്നുതന്നെ അവർ ആയുധങ്ങളുയർത്തി ആക്രോശിച്ചുകൊണ്ട് ഞ ങ്ങൾക്കുനേരെ പാഞ്ഞുവന്നു. അപകടം മനസ്സിലാക്കിയ ഞങ്ങൾ കാ റിൽനിന്ന് പുറത്തിറങ്ങി പ്രാണരക്ഷാർത്ഥം ഓടി. ആദ്യം ആൾക്കൂട്ട ത്തിന്റെ പിടിയിൽപ്പെട്ടത്, അക്രമത്തിനും പീഡനത്തിനുമിരയായത് ഡ്രൈ വറായിരുന്നു. പിന്നീട് ഞാൻ കാണുന്നത് മുഹമ്മദ് ആൾക്കൂട്ടത്തിന്റ ക യ്യിൽ പെടുന്നതും അദ്ദേഹത്തിന്റെ തലയിലും കയ്യിലുമെല്ലാം കത്തി വീശുന്നതുമാണ്. പിന്നീടവർ അദ്ദേഹത്തിന്റെയും ഞങ്ങളുടെയും വസ്

അരുന്ധതി റോയി

സ്വപൻ ദാസ്ഗുപ്ത

ഇമ്രാൻ ദാവൂദ്

ത്രമഴിപ്പിക്കുകയും ഞങ്ങൾ സുന്നത്ത് ചെയ്തിട്ടുണ്ടോയെന്ന് പരിശോധിക്കുകയും ചെയ്തു. യഥാർത്ഥത്തിൽ ഞാനോർക്കുന്നത് അതിനകം ഞങ്ങൾക്ക് കുത്തേറ്റു കഴിഞ്ഞിരുന്നു എന്നാണ്.''

ഭീകരമായ ആ അനുഭവമോർത്ത് ഇമ്രാൻ ദാവൂദ് വികാരവിക്ഷുബ്ധനാകുന്നു; അദ്ദേഹത്തിന്റെ കണ്ണു നിറയുന്നതും ശബ്ദമിടറുന്നതും സ്ക്രീനിൽ നിറയുന്നു. അദ്ദേഹം കണ്ണുനീർ തുടച്ചുകൊണ്ട് തുടരുന്നു:

''ഞങ്ങൾ ഒരു നിമിഷം ഇല്ലാതായതുപോലെ തോന്നി. എന്റെ അമ്മാവന്മാർക്ക് എന്തു സംഭവിച്ചുവെന്ന് എനിക്കറിയില്ല. ഇരുപത് വർഷങ്ങൾക്കുമുമ്പുണ്ടായ ദാരുണമായ ആ സംഭവം ഇന്നലെ നടന്നതുപോലെ ഇപ്പോഴും എന്റെ കണ്ണുകളിലുണ്ട്. അക്രമാസക്തമായ ഈ ആൾക്കൂട്ടം അവിടെ സ്വതന്ത്രമായി വിഹരിക്കുകയായിരുന്നു. ആരും അവരെ നിയന്ത്രിക്കാനുണ്ടായിരുന്നില്ല. ആർക്കും നീതി ലഭിച്ചിരുന്നില്ല''

പശ്ചാത്തലത്തിൽ ഗോധ്ര നഗരദൃശ്യം.

സ്ക്രീനിൽ അക്ഷരങ്ങൾ തെളിയുന്നു, 'ഗോധ്ര ഒരു ദിവസം മുൻപ്.'

സ്ക്രീനിൽ ഗോധ്ര റെയിൽവെ സ്റ്റേഷൻ; കത്തിക്കൊണ്ടിരിക്കുന്ന സബർമതി എക്സ്പ്രസ്; കത്തിക്കൊണ്ടിരിക്കുന്ന എസ് 6 ബോഗിയിലേക്ക് നോക്കിനിൽക്കുന്ന ആളുകൾ.

അവതാരകയുടെ ശബ്ദം:

''അയോധ്യയിൽ കർസേവയ്ക്കുപോയ ഹിന്ദുത്വവാദികളേയും കൊണ്ടുള്ള തീവണ്ടി (സബർമതി എക്സ്പ്രസ്)യിലെ ആറാം നമ്പർ ബോഗിക്കു തീപിടിച്ചതിനെത്തുടർന്ന് കൊല്ലപ്പെട്ടത് 57 പേർ; ആയിരക്കണക്കിന് കർസേവകരാണ് ആ തീവണ്ടിയിലുണ്ടായിരുന്നത്. ഇന്ത്യ അന്നേവരെ കണ്ടിട്ടുള്ളതിൽവെച്ചേറ്റവും ഭീകരമായ, ബോധപൂർവമായ മതവിദ്വേഷത്തിനും കലാപത്തിനുമാണ് തുടർന്ന് സാക്ഷ്യംവഹിച്ചത്.''

2002 ൽ ഗോധ്രയിൽനിന്ന് ബി ബി സി റിപ്പോർട്ടർ സംസാരിക്കുന്നതാണ് തുടർന്നു കാണിക്കുന്നത്. അന്നത്തെ റിപ്പോർട്ടർ ജിൽ മക്ഗിവറിങ് തന്നെയാണ് ഇന്നത്തെ ഈ ഡോക്യുമെന്ററിയുടെ അവതാരകയും.

മക്ഗിവറിങ്: ''വംശീയവിദ്വേഷം ആഴത്തിൽ നിലനിൽക്കുന്ന ഒരു സംസ്ഥാനത്ത് ഗോധ്രയിൽ നിന്നുള്ള വാർത്ത കേൾക്കുന്നതുതന്നെ അപകടകരമായിരിക്കും." ജിൽ മക്ഗിവറിങ് ഗോധ്രയിൽ നിൽക്കുന്ന ദൃശ്യം തെളിയുന്നു. അവർ തുടരുന്നു: ''തീവണ്ടിക്കുള്ളിൽ സ്ത്രീകളും കുട്ടികളുമുൾപ്പെടെ ഒരു കൂട്ടം ഹിന്ദു തീർത്ഥാടകരും കർസേവകരും ഉണ്ടായിരുന്നു. ആ ബോഗി ആരോ പുറത്തുനിന്ന് പൂട്ടിയിരുന്നു. ബോഗിക്കുള്ളിൽ പെട്രോൾ ഒഴിക്കുകയും തീകൊളുത്തുകയും ചെയ്തു. ഒരുപാടാളുകൾ മരിച്ചു."

ഒരു കൗമാരക്കാരൻ സ്ക്രീനിൽ തെളിയുന്നു. അയാൾ റെയിൽവേ പരിസരത്താണ് നിൽക്കുന്നത്. നൊമ്പരപ്പെടുത്തുന്ന ഓർമ്മകൾ അയാൾ വിവരിക്കുകയാണ്, "അച്ഛനെയും അമ്മയെയുംകുറിച്ച് ഒരു വിവരവും ഉണ്ടായിരുന്നില്ല. പോസ്റ്റ്മോർട്ടം നടന്നാൽ അതുവെച്ച് ആളെ തിരിച്ചറിയാമായിരുന്നു,അതും നടന്നില്ല.വസ്ത്രംവെച്ച് തിരിച്ചറിയാൻ കഴിഞ്ഞത് എനിക്ക് മാത്രമായിരുന്നു. എന്റെ സഹോദരനുപോലും അതിനു കഴിഞ്ഞിരുന്നില്ല".

ഇതിനിടയിൽ തീ അണയ്ക്കുന്നതിന്റെയും ശവശരീരങ്ങൾ കൂട്ടിയിട്ടിരിക്കുന്നതിന്റെയും ദൃശ്യങ്ങൾ തെളിയുന്നു. തുടർന്ന് സ്ക്രീനിൽ ബി ജെ പി മുൻ എം പിയും ദേശീയ എക്സിക്യൂട്ടീവ് അംഗവുമായ സ്വപൻ ദാസ്ഗുപ്ത സംസാരിക്കുന്നതാണ് കാണുന്നത്. അയാൾ പറയുന്നു: "ഇത് ഭീകരമായ ഒരു ദൃശ്യം തന്നെയാണ്; ഗുജറാത്തിൽ അങ്ങോളമിങ്ങോളമല്ല, വാസ്തവത്തിൽ ഇന്ത്യയാകെയുള്ള ഹിന്ദുസമുദായത്തെ അത് രോഷാകുലരാക്കി. മുസ്ലീങ്ങൾ ഹിന്ദുക്കളെ ആക്രമിക്കുകയായിരുന്നു".

ഇപ്പോൾ കേൾക്കുന്നത് അവതാരകയുടെ ശബ്ദമാണ്: "ഒടുവിലത്തെ കണക്കുപ്രകാരം 59 പേരാണ് ആ തീപിടുത്തത്തിൽ കൊല്ലപ്പെട്ടത്. തീപിടുത്തത്തിന്റെ കാരണത്തിൽ തർക്കം ഉണ്ടാകാം. പക്ഷേ, മുസ്ലീങ്ങളാണ് ഇവിടെ കുറ്റാരോപിതരാക്കപ്പെട്ടത്".

സ്ക്രീനിൽ ജിൽ മക്ഗിവറിങ്. അവർ പറയുന്നു: "ഭൂരിപക്ഷ മതവിഭാഗമായ ഹിന്ദുക്കളും മുസ്ലീം ന്യൂനപക്ഷവും തമ്മിൽ നിരന്തരം സംഘർഷത്തിൽ ഏർപ്പെടുന്ന ചരിത്രമുള്ള പ്രദേശമാണ് ഗുജറാത്ത്. വർഗീയ കലാപങ്ങളുടെ ചരിത്രവും ഗുജറാത്തിനുണ്ട്. സമുദായങ്ങൾ തമ്മിൽ വളരെ ഹീനമായ അക്രമങ്ങളാണ് ഇവിടെ നടക്കാറുള്ളത്. അത്തരം ഒരു സംസ്ഥാനത്ത് ഇതുപോലൊരു സംഭവത്തെക്കുറിച്ചുള്ള വാർത്ത" 'ഹിന്ദുക്കൾ ആക്രമിക്കപ്പെട്ടിരിക്കുന്നു' എന്ന വാർത്ത സ്വാഭാവികമായും ഹിന്ദുക്കൾക്കിടയിൽ രോഷം ജനിപ്പിക്കും.

സ്ക്രീനിൽ, കത്തിക്കരിഞ്ഞ സബർമതി എക്സ്പ്രസ് സന്ദർശിക്കുന്ന അന്നത്തെ കേന്ദ്ര ആഭ്യന്തരമന്ത്രി അദ്വാനിയുടെയും ഗുജറാത്ത് മുഖ്യമന്ത്രി നരേന്ദ്രമോദിയുടെയും ദൃശ്യങ്ങൾ.

മക്ഗിവറിങ് തുടരുന്നു: "നരേന്ദ്രമോദിയായിരുന്നു അന്ന് മുഖ്യമന്ത്രി. അദ്ദേഹം അന്നത്തെ ഉയർന്നുവരുന്ന ഒരു താരമായിരുന്നു. ദീർഘവീക്ഷണമുള്ള ഹിന്ദുപക്ഷപാതിയാണെന്ന് അഹങ്കരിച്ചിരുന്ന, അവർക്കിടയിൽ വലിയ സ്വാധീനശക്തി ഉണ്ടായിരുന്ന ഒരാൾ. കിട്ടുന്ന അവസരം നാടകീയമായി മുതലെടുക്കാൻ കഴിയുന്ന ഒരാൾ".

ആശുപത്രിയിൽ കിടക്കുന്നവരെ സന്ദർശിക്കുന്ന മോദിയുടെ ചിത്രമാണ് സ്ക്രീനിൽ. ശേഷം 2002 ഫെബ്രുവരി 28 ന് ദൂരദർശൻ സംപ്രേഷണം ചെയ്ത മോദിയുടെ വാക്കുകൾ: "ഇന്നലെ ഗോധ്രയിൽ തീവണ്ടി യാത്ര ചെയ്യുകയായിരുന്ന 57 ആളുകൾ നിഷ്കരുണം കൊലചെയ്യപ്പെട്ടു. ദുഷ്ടന്മാരായ ഒരു കൂട്ടം ആളുകളാണത് ചെയ്തത്. മാപ്പർഹിക്കാത്ത ഒരു കുറ്റകൃത്യം. കൊല്ലപ്പെട്ടവരുടെ ആളുകളുടെ വികാരം ഞാൻ മനസ്സിലാക്കുന്നു. ഞാൻ കൊല്ലപ്പെട്ടവർക്കായി പ്രാർത്ഥിക്കുന്നു. സമാധാനവും അച്ചടക്കവും നിലനിർത്തേണ്ടത് നമ്മുടെ ആവശ്യമാണ്."

കത്തിക്കരിഞ്ഞ തീവണ്ടിയുടെ പശ്ചാത്തലത്തിൽ തുടർന്ന് തെളിയുന്നത് മാധ്യമപ്രവർത്തകനും Narendra Modi The Man, The Times എന്ന ഗ്രന്ഥത്തിന്റെ കർത്താവുമായ നിലഞ്ജൻ മുഖോപാധ്യായയാണ്. അദ്ദേഹം പറയുന്നു: "അന്ന് ഒരു വിദേശരാജ്യത്തിന്റെ പ്രതിനിധി എന്നെ ഫോണിൽ വിളിച്ചിരുന്നു. ഒരു പാശ്ചാത്യ രാജ്യത്തിന്റെ നയതന്ത്രപ്രതിനിധിയായിരുന്നു അവർ. അവർ ചോദിച്ചത് ഗോധ്രയിൽ എന്താണ് നടന്നത് എന്നാണ്? സ്ഥിതിഗതികൾ വഷളാകുമെന്ന് നിങ്ങൾ കരുതുന്നുണ്ടോ എന്നും അവർ ചോദിച്ചു. ഞാനൊറ്റ വാക്കേ മറുപടിയായി പറഞ്ഞുള്ളൂ – 'ഭീകരം'!"

അഹമ്മദാബാദ്

സ്ക്രീനിൽ അഹമ്മദാബാദ് എന്ന അക്ഷരങ്ങൾ തെളിയുന്നു. അഹമ്മദാബാദ് നഗരത്തിന്റെ ദൃശ്യമാണ് കാണുന്നത്. ഹൈവേയ്ക്ക് ഇരുവശത്തുമായി കെട്ടിടങ്ങൾ കത്തുന്ന ദൃശ്യങ്ങൾ. ആ അന്തരീക്ഷത്തിൽ തീയും പുകയും നിറയുന്നു. മക്ഗിവറിങ്ങിന്റെ നേതൃത്വത്തിലുള്ള ബിബിസി റിപ്പോർട്ടിങ് സംഘം കാറിൽ സഞ്ചരിക്കുന്ന ദൃശ്യം. അന്ന് താൻ കണ്ടതും റിപ്പോർട്ട് ചെയ്തതുമായ കാര്യങ്ങൾ 20 വർഷത്തിനുശേഷം ജിൽ മക്ഗിവറിങ് ആവർത്തിക്കുന്നു:

"അതിനകം ഞങ്ങളുടെ പ്രൊഡ്യൂസർക്ക് വിവരങ്ങൾ ലഭിച്ചുതുടങ്ങിയിരുന്നു. അഹമ്മദാബാദിനടുത്ത് ഞങ്ങൾ എത്തിയപ്പോൾ വളരെയേറെ ഭീകരമായ, ജുഗുപ്സാവഹമായ ചിലതാണ് അവിടെ നടക്കുന്നതെന്ന് ഞങ്ങൾക്ക് വ്യക്തമായി. ഹൈവേയിലൂടെ കാറോടിച്ചു പോകുന്ന ഞങ്ങൾക്ക് കാണാൻ കഴിഞ്ഞത് നഗരസിരാകേന്ദ്രത്തിലുയരുന്ന കറുത്ത കനത്ത പുകപടലങ്ങളാണ്. എമർജൻസി സർവീസുകളൊന്നുംതന്നെ അവിടെയെങ്ങും ഉണ്ടായിരുന്നില്ല. പൊലീസിന്റെ പൊടിപോലുമുണ്ടായിരുന്നില്ല. അഹമ്മദാബാദ് നഗരമധ്യത്തിൽ പ്രസിദ്ധമായ ഒരു സ്ക്വയർ ഉണ്ടായിരുന്നു. ആ വലിയ പ്രദേശത്തുള്ള ആർച്ചിൽ തീ ആളിപ്പടർന്നിരുന്നു. പ്രദേശത്തെ മുസ്ലീങ്ങളുടെ കടകളും മറ്റു കെട്ടിടങ്ങളുമെല്ലാം ആക്രമിക്കപ്പെട്ടിരിക്കുന്നു. ഹിന്ദുവായ ഒരു ബിസിനസുകാരൻ ട്രാവൽ ഏജന്റായ മറ്റൊരു ബിസിനസുകാരന്റെ മുഖത്തേക്ക് നോക്കിനിൽക്കുന്ന ദൃശ്യം ഞാൻ ഇപ്പോഴും ഓർക്കുന്നു. സർവവും നഷ്ടപ്പെട്ട അയാൾ കര

യുകയാണ്; 'എനിക്കെല്ലാം നഷ്ടപ്പെട്ടു' എന്ന് അയാൾ കരഞ്ഞുകൊണ്ട് പറയുന്നു.''

സ്ക്രീനിൽ കാണുന്നത് കത്തിക്കരിഞ്ഞ് തകർന്നുകിടക്കുന്ന അഹമ്മദാബാദ് നഗരമധ്യത്തിൽ നിന്നുകൊണ്ട് 20 വർഷം മുമ്പ് റിപ്പോർട്ട് ചെയ്യുന്ന ജിൽ മക്ഗിവറിങ്ങിനെയാണ്. അന്നത്തെ വീഡിയോയിൽ അവർ പറയുന്നു. "സാധാരണഗതിയിൽ തെരുവിൽ ഒരിക്കലും സംഭവിക്കരുത് എന്ന് അധികൃതർ കരുതുന്ന കാര്യങ്ങളാണ് ഇവിടെ ഇപ്പോൾ നടക്കുന്നത്. കഴിഞ്ഞ ദിവസത്തെ കൊലപാതകങ്ങളുടെ ദുഃഖവും രോഷവും നിറഞ്ഞുനിൽക്കുന്ന അന്തരീക്ഷം. ഈ പ്രദേശം ഇപ്പോൾ ഒരു യുദ്ധക്കളമായി മാറിയിരിക്കുന്നു. കൊള്ളയും കൊള്ളിവയ്പും മതവിദ്വേഷവും അഴിഞ്ഞാടുകയാണ്. സമ്പൂർണ്ണമായ നിയമരാഹിത്യമാണ് ഇവിടെ കാണുന്നത്. ആർക്കും എന്തും ചെയ്യാമെന്ന അവസ്ഥ. അങ്ങുമിങ്ങുമെല്ലാം ഒറ്റപ്പെട്ടു കാണുന്ന പൊലീസുകാർ ഇതൊന്നും കണ്ടതായിപോലും നടിക്കുന്നില്ല. വസ്തുവകകൾക്ക് തീവയ്ക്കുന്നതിനെയോ കടകൾ കൊള്ളയടിക്കുന്നതിനെയോ തടയാൻ അവർ ശ്രമിച്ചിരുന്നതായിപ്പോലും എവിടെയും കണ്ടിരുന്നില്ല എന്ന് ഞാൻ ഓർക്കുന്നു.

കൊള്ളയും കൊലയും നോക്കിക്കൊണ്ട് ഒന്നും ചെയ്യാതെ നിഷ്ക്രിയനായി നിൽക്കുന്ന ഒരു പൊലീസുകാരനെ നഗരത്തിൽ ഒരിടത്ത് ഞാൻ കണ്ടു. തനിക്ക് ചുറ്റും നടക്കുന്നതെന്താണെന്ന് നോക്കിനിൽക്കുക മാത്രമാണ് അയാൾ. അത് തടയാൻ ഒന്നും ചെയ്യുന്നില്ല. എന്നോടൊപ്പം ഉണ്ടായിരുന്ന ഒരു സുഹൃത്ത് തനിക്ക് ബന്ധമുണ്ടായിരുന്ന പൊലീസിലെ ഒരു ഉന്നതനുമായി ഫോണിൽ ബന്ധപ്പെട്ടു. തടയാൻ ഒന്നും ചെയ്യരുതെന്നും ഗോധ്രയിൽ സംഭവിച്ചതിന്റെ റിയാക്ഷൻ മാത്രമാണതെന്നും അത് അങ്ങനെതന്നെ നടന്നോട്ടെ എന്നുമാണ് പൊലീസുകാർക്ക് ലഭിച്ചിട്ടുള്ള നിർദ്ദേശം എന്നുള്ള മറുപടിയാണ് എന്റെ സുഹൃത്തിന് ആ പൊലീസ് ഉന്നതനിൽനിന്ന് ലഭിച്ചത്.''

ജിൽ മക്ഗിവറിങ്ങിന്റെ റിപ്പോർട്ടിങ്ങിനിടെ സ്ക്രീനിൽ തെളിഞ്ഞുകാണുന്നത് അക്രമത്തിനിരയായി കയ്യിൽകിട്ടുന്നതുംകൊണ്ട് ഓടി രക്ഷപ്പെടുന്ന മനുഷ്യരുടെയും ഭ്രാന്തമായവിധം ആക്രമണം നടത്തുന്ന, കൊല്ലുകയും കൊള്ളയടിക്കുകയും തീവെക്കുകയും ചെയ്യുന്ന ജനക്കൂട്ടത്തിന്റെയും, ഈ അക്രമപേക്കൂത്തുകൾ നിശ്ശബ്ദം നോക്കിനിൽക്കുന്ന പൊലീസ് ഉദ്യോഗസ്ഥരുടെയും ദൃശ്യങ്ങളാണ് – ഭീകരമായ ദൃശ്യങ്ങൾ.

ഗുജറാത്ത് മുഖ്യമന്ത്രി മോദിയുടെ പത്രസമ്മേളനമാണ് ഇപ്പോൾ കാണുന്നത്. മുഖ്യമന്ത്രി പറയുന്നു: ''ഇന്നലെ വൈകുന്നേരത്തിനുശേഷം വലിയൊരു പരിധിവരെ അക്രമ സംഭവങ്ങൾ ഇല്ലാതായിരിക്കുന്നു. ഒരു ദിവസം പിന്നിട്ടിരിക്കുന്നു. ഗുജറാത്തിന്റെ സ്ഥിതി എത്രയും വേഗം സാധാരണ നിലയിലേക്ക് മാറും എന്നാണ് ഞാൻ വിചാരിക്കുന്നത്.''

ഒരു പത്രപ്രവർത്തകന്റെ ചോദ്യം: ''ഈ അക്രമ സംഭവങ്ങൾ തട യാൻ മുഖ്യമന്ത്രി എന്ന നിലയിൽ താങ്കൾ വേണ്ടവിധം പ്രവർത്തിച്ചിട്ടു ണ്ടോ?''

പിന്നീട് മുഴങ്ങിക്കേൾക്കുന്നത് ആകാർ പട്ടേലിന്റെ ശബ്ദമാണ്,

അദ്ദേഹം പറയുന്നു: ''ഇക്കാലമത്രയും മോദിക്ക് നേരെ ഉയർന്ന, മോദി മറുപടി പറയാത്ത ഒരു ചോദ്യമാണിത്. ഇപ്പോഴും ആ ചോദ്യം മോദിയുടെ തലയ്ക്കു മുകളിൽ നിൽക്കുന്നു.''

വീണ്ടും പത്രക്കാരോട് മറുപടി പറയുന്ന മോദിയുടെ ചിത്രം.

ചോദ്യം : ''കലാപവും അക്രമ സംഭവങ്ങളും തടയാൻ അങ്ങയുടെ നിയന്ത്രണത്തിലുള്ള പൊലീസ് വേണ്ടതുപോലെ പ്രവർത്തിച്ചോ''?

മോദി: ''വേണ്ടതുപോലെ എന്നല്ല, പൊലീസ് മികച്ച രീതിയിൽതന്നെ പ്രവർത്തിച്ചിട്ടുണ്ട്. മികച്ച രീതിയിൽ തന്നെയാണ് പൊലീസിന്റെ അന്ന ത്തെ പ്രവർത്തനം. ആ മികച്ച പ്രവർത്തനം മൂലമാണ് 72 മണിക്കൂറിനു ള്ളിൽ അക്രമത്തെ അമർച്ച ചെയ്യാൻ അവർക്ക് കഴിഞ്ഞത്.

പത്രപ്രവർത്തകന്റെ ഇടപെടൽ: ''അഞ്ഞൂറിലധികം ആളുകൾ കൊല്ല പ്പെട്ടതിനെയാണോ താങ്കൾ മികച്ച പ്രവർത്തനമായി കാണുന്നത്?''

ശബ്ദമുയർത്തി രോഷാകുലനായി മോദി: ''അല്ല അല്ല അല്ല. സംഭ വിച്ചതിൽ ഞാൻ സന്തുഷ്ടനല്ല, ഞങ്ങൾ ചെയ്ത കാര്യങ്ങളിൽ ഞാൻ സന്തുഷ്ടനാണ്.''

പത്രപ്രവർത്തകൻ: ''ഞാൻ സംസാരിച്ച ഓരോ ആളും പറഞ്ഞത് കലാപം അമർച്ച ചെയ്യാൻ പൊലീസ് ഒന്നുംതന്നെ ചെയ്തില്ല എന്നാണ്"

മോദി: ''ഇതെല്ലാം വ്യാജപ്രചരണം മാത്രമാണ്. ഇതിലൊന്നും സത്യ മില്ല, എല്ലാം കള്ളം.''

ബി ബി സി റിപ്പോർട്ടറുടെ ശബ്ദമാണിപ്പോൾ കേൾക്കുന്നത്:

''ചോദ്യങ്ങളുയരുന്ന മുറയ്ക്ക് മോദിയുടെ ഭാവം മാറുന്നു. ദേഷ്യം കൊണ്ട് മോദിയുടെ മുഖം കറുക്കുന്നു. ഈ ഭാവമാറ്റം മോദിയുടെ ഭൂത കാലത്തിലേക്കാണ് നമ്മുടെ ശ്രദ്ധ ക്ഷണിക്കുന്നത്.''

സ്ക്രീനിൽ ആർ എസ് എസിന്റെ റൂട്ടുമാർച്ച്. സ്ക്രീനിൽ തെളി ഞ്ഞുവരുന്ന മുഖം ലണ്ടനിലെ കിങ്സ് കോളേജ് പ്രൊഫസറും Gujarat Under Modi എന്ന കൃതിയുടെ കർത്താവുമായ പ്രൊഫ. ക്രിസ്റ്റഫെ ജാഫ്രലോയുടേതാണ്. അദ്ദേഹം പറയുന്നു:

''ആർ എസ് എസ് എന്നാൽ രാഷ്ട്രീയ സ്വയം സേവക് സംഘ്. 1925 ലാണ് ആർ എസ് എസ് രൂപീകരിക്കപ്പെട്ടത്. ഹിന്ദു സമുദായത്തെ ഒന്നിപ്പിക്കുന്നതിനായാണ് അത് രൂപീകരിക്കപ്പെട്ടത്. എന്നാൽ ബോയ്സ് സ്കൗട്ടിന്റെ പ്രതിച്ഛായ കപടമാണ്. അച്ചടക്കം, രാജ്യസ്നേഹം, ചോദ്യം ചെയ്യാതെ അനുസരിക്കൽ എന്നീ തത്വങ്ങളെ അടിസ്ഥാനപ്പെടുത്തിയു ള്ളതാണത്. ഇന്ത്യയിലെ മറ്റെല്ലാ വംശങ്ങൾക്കുംമേൽ ഹിന്ദുക്കളുടെ

ഇഹ്സാൻ ജാഫ്രി

ആകാർ പട്ടേൽ

നിലഞ്ജൻ മുഖോപാധ്യായ

മേധാവിത്വം സ്ഥാപിക്കാനാണ് ആർ എസ് എസ് ശ്രമിക്കുന്നത്.

പശ്ചാത്തലത്തിൽ ആർ എസ് എസിന്റെ റൂട്ട്മാർച്ചും ഗണഗാനവും.

പ്രൊഫസർ തുടരുന്നു:

''1920 കളിലാണ് വംശമേധാവിത്വത്തിന്റെ ഈ ആശയം യൂറോപ്പിൽ രൂപംകൊണ്ടത്. ഇറ്റലിയിൽ ഫാസിസമായും ജർമനിയിൽ നാസിസമായും ഉയർന്നുവന്ന പ്രസ്ഥാനങ്ങൾ ഈ ആശയം ഉൾക്കൊണ്ടതാണ്."

സ്ക്രീനിൽ നിലഞ്ജൻ മുഖോപാധ്യായ: ''യൂറോപ്യൻ ഫാസിസ്റ്റുകൾ സൃഷ്ടിച്ച വംശമേധാവിത്വ സിദ്ധാന്തം തന്നെയാണ് ആർ എസ് എസിന്റെയും ആശയം''. ഒരു പൊതുശത്രുവിനെ സൃഷ്ടിക്കുന്നതും ഈ ആശയത്തിന്റെ ഭാഗമാണ്. ഇന്ത്യയിൽ അവരുടെ ആ പൊതുശത്രു മുസ്ലീങ്ങളാണ്.''

ഡൽഹി യൂണിവേഴ്സിറ്റിയിലെ പൊളിറ്റിക്കൽ സയന്റിസ്റ്റും ബി ജെ പിയുടെ മുൻ യുവജനസംഘടന വൈസ്പ്രസിഡന്റുമായ ഡോ. സ്വദേശ് സിങ് ദൃശ്യത്തിൽ. അദ്ദേഹത്തിന്റെ വാക്കുകൾ:

''ഇന്ന് ആർ എസ് എസ് മുസ്ലീം വിരുദ്ധരല്ല; എന്നാൽ അവർ നിശ്ചയമായും ഹിന്ദുപക്ഷപാതികളാണ്. ഈ നാടിന്റെ മഹനീയ ഭൂതകാലത്തിൽ അവർ വിശ്വസിക്കുന്നു; രാഷ്ട്രത്തിന്റെ പുനർനിർമാണത്തിലും സാംസ്കാരിക മൂല്യങ്ങളിലും അവർ വിശ്വസിക്കുന്നു; ഹിന്ദു മൂല്യങ്ങൾ എന്നാണ് ഇവ വിളിക്കപ്പെടുന്നത്. ആളുകൾക്ക് ഇഷ്ടമുള്ള ആരാധനാരീതി സ്വീകരിക്കാം; പക്ഷേ അവർ ഈ സാംസ്കാരികമൂല്യങ്ങളുടെ, ഹിന്ദു മൂല്യവ്യവസ്ഥയുടെ ഭാഗമാകണമെന്നു മാത്രമാണ് ആർ എസ് എസ് പറയുന്നത്.''

പ്രൊഫ. ക്രിസ്റ്റഫെ ജാഫ്രലോ വീണ്ടും സ്ക്രീനിൽ. അദ്ദേഹം തുടരുന്നു:

''എക്കാലത്തും ആർ എസ് എസ് ചെറിയ കുട്ടികളെയാണ് റിക്രൂട്ട് ചെയ്യുന്നത്; വളരെ ചെറിയ പ്രായത്തിലുള്ള ആളുകളെ സംഘത്തിലേക്ക് റിക്രൂട്ട് ചെയ്യുന്നത്, തങ്ങളാരാണെന്ന് അവരെ ആ പ്രായത്തിൽ തന്നെ

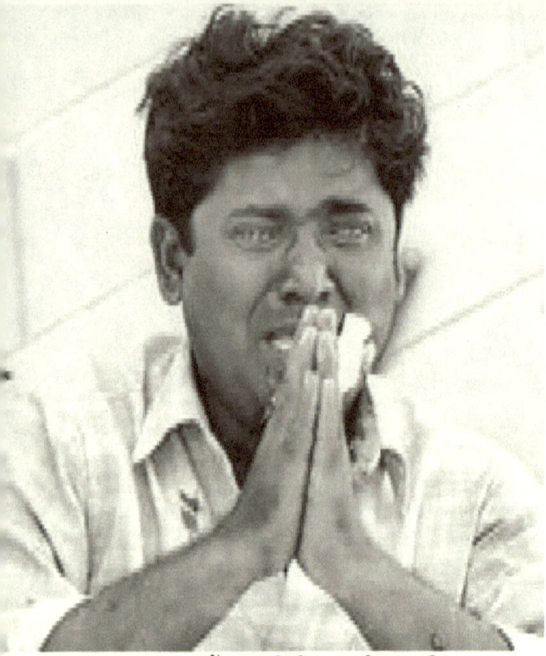

കുദ്ബുദ്ദീൻ അൻസാരി

പഠിപ്പിക്കുന്നതിനുവേണ്ടിയാണ്. മാനസികമായി ഈ കുട്ടികളെ സംഘത്തിന്റെ ഭാഗമാക്കാനാണിത് – ഒരുതരം മാനസികമായ കീഴ്പ്പെടുത്തൽ. ഇതാണ് വളരെ വളരെ പ്രധാനപ്പെട്ട കാര്യം. അങ്ങനെ നരേന്ദ്രമോദിയും കുട്ടിക്കാലത്തുതന്നെ ആർ എസ് എസിൽ ചേർന്നു.''

മോദിയുടെ കുട്ടിക്കാലത്തെ ചിത്രവും ആർ എസ് എസ് യൂണിഫോമിലുള്ള ചിത്രവും സ്ക്രീനിൽ.

പ്രൊഫ. ക്രിസ്റ്റഫെ തുടരുന്നു: ''സ്കൂൾ വിദ്യാഭ്യാസത്തിനുശേഷം മോദി ആർ എസ് എസ് പ്രവർത്തനത്തിൽ മുഴുകി.''

ഇടയ്ക്ക് നിലഞ്ജൻ മുഖോപാധ്യായ: ''ആദ്യം ആർ എസ് എസിന്റെ യുവജന വിഭാഗത്തിൽ പ്രവർത്തിച്ച മോദി തുടർന്ന് ചെറുപ്പത്തിൽ തന്നെ ഉത്തരവാദിത്വമുള്ള പടികളോരോന്നും ചാടിക്കടന്ന് പെട്ടെന്ന് ഉയർന്ന സ്ഥാനത്തെത്തി.''

സ്ക്രീനിൽ കാണിക്കുന്ന ഗ്രൂപ്പ് ഫോട്ടോയിൽ പ്രായമുള്ള മുൻനിര നേതാക്കൾക്കൊപ്പം യുവാവായ മോദിയെയും കാണാം.

പ്രൊഫ. ക്രിസ്റ്റഫെയുടെ വാക്കുകൾ: ''മോദി ആർ എസ് എസ്സിന്റെതന്നെ ഉൽപന്നമാണ്. ആർ എസ് എസിൽ നിന്നാണ് മോദി തന്റെ രാഷ്ട്രീയവും ജീവിതശൈലിയുമെല്ലാം ഉൾക്കൊണ്ടത്.''

നിലഞ്ജൻ മുഖോപാധ്യായ:

''അങ്ങനെയാണ് മോദി ആർഎസ്എസ്സിന്റെ രാഷ്ട്രീയസംഘടനയായ ബിജെപിയിലേക്ക് നിയോഗിക്കപ്പെട്ടത്.''

സ്ക്രീനിൽ ബിജെപി നേതൃത്വത്തിലെത്തിയ യുവാവായ മോദിയുടെ ചിത്രം.

ഗുജറാത്ത് 2002

വീണ്ടും 2002ലെ ഗുജറാത്തിന്റെ വ്യോമദൃശ്യം.

അക്രമത്തിന്റെ, തീ പടരുന്നതിന്റെയും പുകച്ചുരുളുകൾ ആകാശം മുട്ടെ ഉയരുന്നതിന്റെയും – ദൃശ്യങ്ങൾ. ഗുജറാത്ത് 2002 എന്ന് തെളിയുന്നു.

ഡോക്യുമെന്ററിയുടെ അവതാരക:

''അക്രമത്തിന്റെ തീവ്രത കുറഞ്ഞതോടെ ചില ഇരകൾക്കെന്തു പറ്റിയെന്നതിനെക്കുറിച്ചുള്ള വിവരങ്ങൾ പുറത്തുവരാൻ തുടങ്ങി.

''പ്രധാനമായും മുസ്ലീങ്ങൾ തിങ്ങിപ്പാർക്കുന്ന ഒരു പ്രദേശത്ത് അക്രമാസക്തരായ ഹിന്ദുത്വസംഘങ്ങളിൽനിന്നും സ്വന്തം പ്രാണൻ രക്ഷിക്കാനായി നൂറിലേറെ ആളുകൾ ഒരു വീട്ടിൽ അഭയം തേടി. ഇംതിയാസ് പഠാനും അദ്ദേഹത്തിന്റെ കുടുംബവും ഇക്കൂട്ടത്തിലുണ്ടായിരുന്നു. തകർക്കൂ, കൊല്ലൂ എന്നിങ്ങനെ കൊലവിളിയുമായി ആയുധങ്ങളുമേന്തി വന്ന ഭ്രാന്തമായ വലിയൊരു ജനക്കൂട്ടമാണ് ആ വീട് വളഞ്ഞത്."

സ്ക്രീനിൽ ഇംതിയാസ് പഠാൻ ഇപ്പോൾ കാടുപിടിച്ചു കിടക്കുന്ന ആൾപാർപ്പില്ലാത്ത ആ വീട്ടുവളപ്പിലൂടെ നടക്കുന്ന ദൃശ്യം.

അദ്ദേഹത്തിന്റെ വാക്കുകൾ;

''കൊലവിളി നടത്തുന്ന ആൾക്കൂട്ടം കല്ലെറിയുന്നുമുണ്ടായിരുന്നു. സ്ത്രീകളും കുട്ടികളുമെല്ലാം പേടിച്ചരണ്ട് വീട്ടിനുള്ളിൽ നിലവിളിക്കുന്നുണ്ടായിരുന്നു.

"എന്താണ് ഇങ്ങനെ ആക്രമിക്കപ്പെടാൻ ഞങ്ങൾ ചെയ്ത തെറ്റ്? ഞങ്ങൾ മുസ്ലീങ്ങളാണെന്നതോ? മുസ്ലീങ്ങളായി പിറന്നു എന്നല്ലാതെ ഞങ്ങൾ ഇവരോട് എന്ത് കുറ്റമാണ് ചെയ്തത്? എന്തപരാധമാണ് ഞങ്ങൾ ചെയ്തത്.''

ഇംതിയാസ് ഗദ്ഗദകണ്ഠനാകുന്നു; കണ്ണുകൾ നിറഞ്ഞൊഴുകുന്നു.

ബി ബി സി അവതാരകയുടെ വാക്കുകൾ:

''നൂറിലേറെപ്പേർ അഭയം തേടിയെത്തിയ ആ വീട് കോൺഗ്രസ് നേതാവും മുൻ എംപിയുമായ ഇഹ്സാൻ ജാഫ്രിയുടേതായിരുന്നു."

വീണ്ടും സ്ക്രീനിൽ ഇംതിയാസ് പഠാൻ. അദ്ദേഹം തുടരുന്നു:

''ഞങ്ങൾ കരുതിയത് ജാഫ്രി മുൻ എംപിയായതുകൊണ്ട് പൊലീസ് എത്തി ഞങ്ങളെ രക്ഷിക്കുമെന്നായിരുന്നു.''

"ഭ്രാന്തെടുത്ത ജനക്കൂട്ടം അപ്പോഴും ആക്രോശിക്കുന്നുണ്ടായിരുന്നു: എവിടെ ജാഫ്രി ? അയാളെ പിടിക്ക്! അയാളെ കൊല്ലും! സമീപത്തുള്ള വീടുകൾ ഒന്നൊന്നായി അവർ കത്തിക്കുകയായിരുന്നു."

ക്രിസ്റ്റഫെ ജാഫ്രലോ

ഇംതിയാസ് പഠാൻ തുടരുന്നു: ''ഇവിടെ, ഞാനിപ്പോൾ നിൽക്കുന്ന സ്ഥലത്ത് വലിയൊരു മേശ കിടന്നിരുന്നു; ദാ ഇവിടെയായിരുന്നു അദ്ദേഹത്തിന്റെ പുസ്തകങ്ങൾ. ഇവിടെയായിരുന്നു ആ വീട്ടിലെ (ഗുൽബർഗ് സൊസൈറ്റി) ലാൻഡ് ലൈൻ; അതിനടുത്തുതന്നെ വലിയൊരു ഡയറി; അതിലാണ് അദ്ദേഹം ടെലഫോൺ നമ്പരുകൾ രേഖപ്പെടുത്തിയിരുന്നത്; ഇവിടെയിരുന്ന് അദ്ദേഹം പലരെയും ടെലഫോണിൽ ബന്ധപ്പെട്ടുകൊണ്ടിരുന്നു. അദ്ദേഹം നിരവധി രാഷ്ട്രീയനേതാക്കളെ ഇവിടിരുന്ന് വിളിച്ചു; കോൺഗ്രസ് നേതാക്കളെ, പ്രാദേശികമായുള്ള അദ്ദേഹത്തിന്റെ പരിചയക്കാരെ, ബി ജെ പി നേതാക്കളെ, മന്ത്രിമാരെ, വലിയ പൊലീസ് ഓഫീസർമാരെയെല്ലാം സഹായമഭ്യർഥിച്ച് അദ്ദേഹം വിളിച്ചുകൊണ്ടിരുന്നു: പക്ഷേ, ഒരിടത്തുനിന്നും സഹായമെത്തിയില്ല.''

ഇംതിയാസ് ഇത് പറയുമ്പോൾ ഇഹ്സാൻ ജാഫ്രിയുടെ ചിത്രം വീണ്ടും സ്ക്രീനിൽ. ഇംതിയാസ് പഠാൻ തുടരുന്നു:

''ഒടുവിൽ അദ്ദേഹം നരേന്ദ്രമോദിയെ തന്നെ വിളിച്ചു. ഇതിനിടയ്ക്ക് അദ്ദേഹം ഒരു മന്ത്രിയെ വിളിച്ചു. അവിടെയും പ്രതികരണം ആശാവഹമായിരുന്നില്ല എന്ന് ജാഫ്രി സാബിന്റെ മുഖം മങ്ങുന്നത് കണ്ടപ്പോൾ ഞങ്ങൾക്ക് മനസ്സിലായി. പിന്നീടാണ് അറ്റകൈയായി മോദിയെ, മുഖ്യമന്ത്രിയെ തന്നെ അദ്ദേഹം വിളിച്ചത്. മോദി വളരെ പരുഷമായാണ് സംസാരിച്ചതെന്ന് ജാഫ്രി സാബിന്റെ മുഖഭാവം വ്യക്തമാക്കി. ഒരിടത്തുനിന്നും ഒരു സഹായവും ലഭിക്കില്ലെന്ന് അദ്ദേഹം ഞങ്ങളോട് പറഞ്ഞു. ആ അവസരത്തിൽ ഞാൻ എന്നോടുതന്നെ പറഞ്ഞു– ''എല്ലാം തീർന്നു, ഇതാ അവസാനമെത്തി.''

ഈ ഘട്ടത്തിൽ ജാഫ്രി സാബ് പുറത്തേക്കിറങ്ങി. അടുക്കളയുടെ ഭാഗത്തുവന്ന് ഭ്രാന്തെടുത്ത് കൊലവിളി നടത്തിയിരുന്ന ആ ജനക്കൂട്ടത്തോട് വിളിച്ചുപറഞ്ഞു, ''എന്നെ കൊല്ലുന്നതുകൊണ്ട് നിങ്ങൾ തൃപ്തരാകുമെങ്കിൽ ഞാൻ പുറത്തേക്കുവരാം. ഈ പാവപ്പെട്ട കുട്ടികളെയും സ്ത്രീകളെയും മറ്റാളുകളെയുമെല്ലാം വെറുതെ വിടൂ."

''ഞങ്ങൾ അദ്ദേഹത്തോട്, ജാഫ്രി സാബിനോട് പുറത്തേക്കുപോകരുതെന്ന് കേണപേക്ഷിച്ചു; പക്ഷേ അദ്ദേഹം അതൊന്നും ചെവിക്കൊണ്ടില്ല. ആൾക്കൂട്ടം അദ്ദേഹത്തെ പിടികൂടി, കഴുത്തിൽതന്നെ പിടിച്ചു ഞെരിച്ചു; അദ്ദേഹത്തെ തലയറുത്ത് കശാപ്പ് ചെയ്തു.''

അവതാരകയുടെ ശബ്ദം: ''പിന്നീട് അധികൃതർ പ്രതികരിച്ചത്, മിസ്റ്റർ ജാഫ്രി ആൾക്കൂട്ടത്തെ പ്രകോപിപ്പിച്ചതാണ്, തന്റെ തോക്കിൽനിന്നും അദ്ദേഹം അവർക്കു നേരെ വെടിവച്ചതുകൊണ്ടാണ് അദ്ദേഹത്തെ അവർ ആക്രമിച്ചത് എന്നാണ്. ഇംതിയാസും കുടുംബവും മറ്റും വീടിന്റെ അപ്പ്സ്റ്റെയേഴ്സിലേക്ക് പോയി. അക്രമം അവസാനിപ്പിച്ച് ജനക്കൂട്ടം പിരിഞ്ഞുപോയപ്പോഴാണ് ഒടുവിൽ പൊലീസെത്തിയത്. കുറച്ചുപേർ അ

ഹർദോഷ് സിങ് ബാൽ

വിടെ പേടിച്ചരണ്ട് പതുങ്ങിയിരിക്കുന്നതാണ് അപ്പോൾ പൊലീസ് കണ്ടത്.''

ആ കെട്ടിടത്തിന്റെ ടെറസിൽ നിന്ന് അകലേക്ക് നോക്കുന്ന ഇംതിയാസിന്റെ ദൃശ്യം. അന്നത്തെ സംഭവങ്ങൾ ഓർത്തുകൊണ്ട്, ഭീകരമായ ആ അവസ്ഥ ഓർത്തുകൊണ്ട് തുടർന്ന് കാര്യങ്ങൾ വിശദീകരിക്കുന്ന ഇംതിയാസിന്റെ ദുഃഖം ഘനീഭവിച്ച മുഖം സ്ക്രീനിൽ നിറഞ്ഞു നിൽക്കുന്നു. അദ്ദേഹം തുടരുന്നു:

''അവർ 69 പേരെ കൊന്നു. ചിതറിക്കിടന്നിരുന്ന ശവശരീരങ്ങളിൽ എന്റെ അമ്മയുടേതുണ്ടായിരുന്നു, അമ്മാവന്റേതുമുണ്ടായിരുന്നു (ഇംതിയാസിന്റെ മാതാവിന്റെ ചിത്രം സ്ക്രീനിൽ). എന്റെ കുടുംബത്തിലെ പത്തുപേരെയാണ് അവർ കൊന്നൊടുക്കിയത്.

''ഞാൻ കരുതുന്നത് ഈ സംഭവങ്ങളുടെയെല്ലാം ഒരേയൊരുത്തരവാദി നരേന്ദ്രമോദിയാണെന്നാണ്. മോദി വിചാരിച്ചിരുന്നെങ്കിൽ ഇതൊന്നും തന്നെ സംഭവിക്കുമായിരുന്നില്ല.''

വീണ്ടും അവതാരകയുടെ ശബ്ദം; പൊലീസ് ഉദ്യോഗസ്ഥരുടെ ദൃശ്യം.

''ഒരുന്നത പൊലീസ് ഉദ്യോഗസ്ഥൻ സ്ഥലത്തെത്തുമ്പോൾ ഇരകളുടെ ശവശരീരങ്ങൾ അപ്പോഴും അവിടെ ചിതറിക്കിടപ്പുണ്ടായിരുന്നു.''

ശവശരീരങ്ങളുടെയും തളംകെട്ടി നിൽക്കുന്ന ചോരയുടെയും ദൃശ്യങ്ങൾ സ്ക്രീനിൽ. ഒരു പൊലീസ് ഓഫീസറുടെ വാക്കുകൾ:

''പൊലീസിന് അഹമ്മദാബാദിൽ കൂടുതൽ കാര്യങ്ങൾ ചെയ്യാമായിരുന്നുവെന്നാണ് ആരോപണം. കൂടുതൽ മെച്ചപ്പെട്ട രീതിയിൽ പ്രവർത്തിക്കാൻ കഴിയുമായിരുന്നു. അതിനുള്ള സാധ്യതയുമുണ്ടായിരുന്നു. ഇതിലും നന്നായി പ്രവർത്തിക്കാൻ കഴിയുമായിരുന്നുവെന്ന് എനിക്കുറപ്പാണ്. എന്റെ കഴിവുകേടായാണ് പറയപ്പെടുന്നത്. കൂടുതലൊന്നും പറയാനില്ല!''

വീണ്ടും അവതാരകയുടെ ശബ്ദം. ''കൊലപാതകങ്ങൾ നീണ്ട കാലത്തെ നിയമയുദ്ധത്തിന് ഇടയാക്കി. പൊലീസിന്റെ ഇടപെടൽ സംബന്ധിച്ചും കലാപത്തിൽ മോദി വഹിച്ച പങ്കിനെക്കുറിച്ചുമെല്ലാം ഗുരുതരമായ ആരോപണങ്ങളുയർന്നു എന്നാണതിനർഥം. മോദിയും ജാഫ്രിയും

തമ്മിൽ നടന്നതായി പറയപ്പെടുന്ന ഫോൺവിളിയെക്കുറിച്ച് 2009 ൽ ഇംതിയാസ് കോടതിയിൽ തെളിവ് നൽകി. ഇങ്ങനെയൊരു ഫോൺ വിളി നടന്നിട്ടില്ലായെന്ന് പറഞ്ഞ് മോദി സംഭവത്തെ പാടെ നിഷേധിച്ചു; പിന്നീട് മറ്റു തെളിവുകളൊന്നും ലഭിച്ചുമില്ല. ഇംതിയാസ് അതിനുശേഷം മോദിയുടെ പാർടിക്കെതിരെ, ബി ജെ പിക്കെതിരെ തിരഞ്ഞെടുപ്പിൽ മത്സരിച്ചു.''

ലണ്ടൻ

ലണ്ടൻ നഗരത്തിന്റെ ദൃശ്യം സ്ക്രീനിൽ – ലണ്ടൻ എന്ന് അക്ഷരങ്ങൾ തെളിയുന്നു. അവതാരക തുടരുന്നു:

''ബ്രിട്ടനിൽ, ഗുജറാത്തിലെ സംഭവവികാസങ്ങളിൽ ഗവൺമെന്റ് ആശങ്കയിലായി.''

സ്ക്രീനിൽ 2001–2006 ലെ ബ്രിട്ടീഷ് വിദേശകാര്യ സെക്രട്ടറി ജാക് സ്ട്രായുടെ ദൃശ്യം.

ജാക് സ്ട്രായുടെ വാക്കുകൾ:

''അതെന്നെ വല്ലാതെ വിഷമിപ്പിച്ചു. ഞങ്ങൾക്ക് നല്ല ബന്ധമുള്ള ശരിക്കും പ്രധാനപ്പെട്ട ഒരു രാജ്യമെന്ന നിലയിൽ ഇന്ത്യയിൽനടന്ന ആ സംഭവത്തെ ഞാൻ അതീവ താൽപര്യത്തോടെ ശ്രദ്ധിച്ചു, അതിനെക്കുറിച്ച് അന്വേഷിച്ചു. വളരെ ജാഗ്രതയോടെ, ശ്രദ്ധിച്ച് കൈകാര്യം ചെയ്യേണ്ട ഒന്നായിരുന്നു അത്. ഞങ്ങൾ ചെയ്തത് അതിനെക്കുറിച്ച് ഒരന്വേഷണം നടത്തലായിരുന്നു. എന്താണവിടെ നടന്നത് എന്നതിനെക്കുറിച്ച് പഠിക്കുന്നതിനായി ഒരു സംഘത്തെ ഗുജറാത്തിലേക്കയച്ചു.''

വീണ്ടും ബിബിസി അവതാരക: ''അവർ അന്വേഷിച്ച് തയ്യാറാക്കിയ റിപ്പോർട്ട് നയതന്ത്ര സന്ദേശമായി ലണ്ടനിലേക്ക് (വിദേശകാര്യ വകുപ്പിന്) അയച്ചു. പ്രസിദ്ധീകരിക്കരുതെന്ന് അടയാളപ്പെടുത്തിയാണ് അതയച്ചത് (സ്ക്രീനിൽ റിപ്പോർട്ടിന്റെ പകർപ്പ് കാണാം). വ്യാപകമായി റിപ്പോർട്ട് ചെയ്യപ്പെട്ടിരുന്നതിനേക്കാൾ വളരെ വലിയതോതിലുള്ള അക്രമങ്ങളാണ് ഗുജറാത്തിൽ നടന്നത്. മുസ്ലീം സ്ത്രീകൾ വ്യാപകമായി ബലാത്സംഗം ചെയ്യപ്പെട്ടു; രാഷ്ട്രീയ ലക്ഷ്യത്തോടെയായിരുന്നു അക്രമങ്ങൾ സംഘടിപ്പിക്കപ്പെട്ടത്. ലക്ഷ്യം ഹിന്ദുമേഖലകളിൽനിന്നും മുസ്ലീങ്ങളെ തുടച്ചുനീക്കലായിരുന്നു; കലാപം സംഘടിപ്പിക്കപ്പെട്ടതിലും അതിനായി നടത്തിയ കാംപെയ്നിലും വംശഹത്യയുടെ എല്ലാ ലക്ഷണങ്ങളും ഉണ്ടായിരുന്നു എന്നെല്ലാമാണ് റിപ്പോർട്ടിൽ ഉള്ളത്.''

ഒരു ബ്രിട്ടീഷ് നയതന്ത്ര പ്രതിനിധി നടന്നു വരുന്നതിന്റെ ദൃശ്യം.

അവതാരകയുടെ വാക്കുകൾ:

''ഈ വരുന്ന സീനിയർ ഡിപ്ലോമാറ്റ് ഗുജറാത്ത് വംശഹത്യയെക്കുറിച്ച് അന്വേഷിച്ച ബ്രിട്ടീഷ് നയതന്ത്ര പ്രതിനിധിസംഘത്തിലൊരാ

ളാണ്. ഇതാദ്യമായി അദ്ദേഹം പരസ്യമായി ബ്രിട്ടീഷ് അന്വേഷണത്തിൽ കണ്ടതെന്തെന്ന് ബിബിസിയോട് വെളിപ്പെടുത്തുകയാണ്, അദ്ദേഹം അജ്ഞാതനായിരിക്കാനാണ് താൽപര്യപ്പെടുന്നത്."

മുൻ ബ്രിട്ടീഷ് നയതന്ത്ര ഉദ്യോഗസ്ഥന്റെ വാക്കുകൾ: ''ചുരുങ്ങിയത് 2000 പേരെങ്കിലും ഈ കലാപത്തിൽ കൊല്ലപ്പെട്ടിട്ടുണ്ട്; അതിൽ മഹാഭൂരിപക്ഷവും മുസ്ലീങ്ങളാണ്; ഞങ്ങൾ അതിനെ വംശഹത്യ എന്നു തന്നെയാണ് റിപ്പോർട്ടിൽ വിശേഷിപ്പിച്ചത്. വളരെ ബോധപൂർവം ആസൂത്രണം ചെയ്ത് നടപ്പാക്കിയതും രാഷ്ട്രീയ ലക്ഷ്യത്തോടുകൂടിയുള്ളതുമായിരുന്നു ആ കലാപം. മുസ്ലീം സമുദായത്തെ ആക്രമിക്കലായിരുന്നു കലാപത്തിന്റെ ലക്ഷ്യം. തീവ്ര ഹിന്ദുത്വ ദേശീയവാദ സംഘടനയായ വിശ്വഹിന്ദുപരിഷത്താണ് (വിഎച്ച്പി) അക്രമങ്ങൾ സംഘടിപ്പിച്ചത്; ആർ എസ് എസിന്റെ പരിവാർ സംഘടനയാണ് വി എച്ച് പി."

പശ്ചാത്തലത്തിൽ അന്വേഷണ റിപ്പോർട്ട്.

വീണ്ടും ബി ബി സി അവതാരകയുടെ വാക്കുകൾ: ''വി എച്ച് പിക്കും അവരുടെ അനുബന്ധസംഘടനകൾക്കും സംസ്ഥാന സർക്കാരിന്റെ പിന്തുണയില്ലാതെ, ശിക്ഷാഭയം കൂടാതെ ഇത്ര വ്യാപകമായി നാശനഷ്ടങ്ങളുണ്ടാക്കാൻ കഴിയുമായിരുന്നില്ല. നരേന്ദ്ര മോദിയാണ് ഈ കലാപത്തിന്റെ നേരിട്ടുള്ള ഉത്തരവാദി. റിപ്പോർട്ടിൽ അസാധാരണമായ ഒരവകാശവാദവും ഉൾപ്പെടുത്തിയിട്ടുണ്ട്. അതായത് അന്വേഷണത്തിൽ ബന്ധപ്പെട്ട വിശ്വസനീയമായ പല സോഴ്സുകളും പറഞ്ഞത്, നരേന്ദ്ര മോദി ഫെബ്രുവരി 27ന് സീനിയർ പൊലീസ് ഓഫീസർമാരുടെ യോഗം വിളിച്ചിരുന്നുവെന്നും പിറ്റേന്ന് നടക്കാൻ പോകുന്ന കലാപത്തിൽ പൊലീസ് ഇടപെടാൻ പാടില്ലെന്ന് ഉത്തരവ് നൽകിയിരുന്നുവെന്നുമാണ്; പൊലീസ് കോണ്ടാക്ടുകൾ യോഗം നടന്ന വിവരം നിഷേധിക്കുന്നു. എന്നാൽ വിശ്വസനീയമായ റിപ്പോർട്ടുകൾ തന്നെയാണ് ഞങ്ങൾക്കു ലഭിച്ചത്. കലാപകാരികളെ പൊലീസ് തടയരുതെന്ന് മോദി കൃത്യമായ നിർദ്ദേശം നൽകിയിരുന്നു. മോദിക്കു നേരിട്ടുള്ള ബന്ധം ഇതിലെന്താണെന്നത് സംബന്ധിച്ച് വ്യത്യസ്തമായ റിപ്പോർട്ടുകളുണ്ട്. എന്നാൽ, ഞങ്ങൾക്കു വ്യക്തമായത്, ശിക്ഷാഭയം കൂടാതെ അക്രമങ്ങൾ നടത്താനുള്ള ഒരന്തരീക്ഷം സൃഷ്ടിക്കപ്പെട്ടിരുന്നു എന്നും അത്തരമൊരു അന്തരീക്ഷം സൃഷ്ടിച്ചത് നിസ്സംശയമായും മോദിയാണെന്നുമാണ്. മോദി അധികാരത്തിൽ തുടരുന്നിടത്തോളം കാലം സാധാരണനില പുനഃസ്ഥാപിക്കൽ അസാധ്യമാണ്."

സ്ക്രീനിൽ മോദിക്കു സ്വീകരണം നൽകുന്ന ദൃശ്യം.

സംസാരിക്കുന്നത് ബ്രിട്ടീഷ് വിദേശകാര്യ സെക്രട്ടറി ജാക് സ്ട്രാ:

"പൊലീസിനെ തടഞ്ഞുനിർത്തുന്നതിൽ മുഖ്യമന്ത്രി മോദി വളരെ സജീവമായി ഇടപെട്ടിരുന്നു എന്നത് ഗുരുതരവും ഞെട്ടിപ്പിക്കുന്നതുമായ

ഡോ. സ്വദേശ് സിങ്

വിവരമാണ്. തീവ്രവാദികൾക്ക് വളരെ വ്യക്തമായും ഒത്താശ ചെയ്യുന്നതായിരുന്നു മോദിയുടെ ഈ സമീപനം. പൊലീസിനെ തടഞ്ഞുനിർത്തിയത് രാഷ്ട്രീയ ഇടപെടലിലൂടെയാണെന്ന് വളരെ വ്യക്തമാണ്. തങ്ങളുടെ ജോലി നിർവഹിക്കുന്നതിൽനിന്നാണ് പൊലീസിനെ ഭരണാധികാരികൾ തടഞ്ഞുനിർത്തിയത്. സമൂഹത്തിന് സുരക്ഷയൊരുക്കലാണ് പൊലീസിന്റെ ജോലി. അതിൽനിന്നാണ് പൊലീസ് പിന്തിരിപ്പിക്കപ്പെട്ടത്. ഇതിന്റെ പേരിൽ ഇന്ത്യയുമായുള്ള നയതന്ത്രബന്ധം വിച്ഛേദിക്കാൻ ഞങ്ങൾ തയ്യാറായില്ല. എന്നാൽ മോദിയുടെ പ്രശസ്തിയിൽ ഇതൊരു കറുത്ത പാടു തന്നെയാണ്''.

ഒരു പോസ്റ്റർ സ്ക്രീനിൽ കാണാം -
മോദിയുടെ സമാധാന നിയമങ്ങൾ:
മുസ്ലീമിന്റെ ജീവന് യാതൊരു വിലയുമില്ല;
അവരെ ചുട്ടുകൊല്ലുക, ബലാത്സംഗം ചെയ്യുക, കൊല്ലുക
പൊലീസ് നിങ്ങളോടൊപ്പംതന്നെ

ഗുജറാത്ത് ചേമ്പർ ഓഫ് കൊമേഴ്സ് ആന്റ് ഇൻഡസ്ട്രീസ് അസോസിയേഷന്റെ ജനകീയ സമാധാന മാർച്ചിന്റെ ദൃശ്യമാണ് കാണുന്നത്. റാലി അവസാനത്തോടടുക്കുമ്പോൾ മുഖ്യമന്ത്രി മോദിയും പരിവാരങ്ങളും റാലിയുടെ മുൻനിരയിൽ പ്രത്യക്ഷപ്പെടുന്നതായി കാണാം.

അവതാരക: ''യൂറോപ്യൻ യൂണിയനും ഇതേ സമയംതന്നെ ഈ വിഷയത്തെക്കുറിച്ച് ഒരന്വേഷണം നടത്തി. അതിലെ കണ്ടെത്തൽ മന്ത്രിമാർ ഉൾപ്പെടെ കലാപത്തിൽ സജീവമായി പങ്കെടുത്തിരുന്നു എന്നാണ്. കലാപം തടയാൻ പൊലീസ് ഇടപെടരുതെന്ന് ഉന്നത പൊലീസ് ഓഫീസർമാർക്ക് കർശനമായ നിർദ്ദേശം നൽകിയിരുന്നതായും ഈ റിപ്പോർട്ട് സൂചിപ്പിക്കുന്നതായാണ് അറിയുന്നത്.

സ്വപൻ ദാസ് ഗുപ്തയെയാണ് ഇപ്പോൾ സ്ക്രീനിൽ കാണുന്നത്. അദ്ദേഹം പറയുന്നു: ''ഈ റിപ്പോർട്ടുകളിൽ പറയുന്നതുപോലെ പൂർണമായും ഏകപക്ഷീയമായ ഒന്നായിരുന്നു കലാപം എന്ന നിഗമനത്തിലെത്താനാവില്ല. ഭരണകൂടത്തിന്റെ ഭാഗത്തുനിന്ന് കലാപം തടയാൻ കാര്യമായി ഒന്നും ചെയ്തില്ല എന്ന നിഗമനത്തിലുമെത്താനാവില്ല. ആൾ

ക്കൂട്ടം മുസ്ലീങ്ങൾക്കുനേരെ മുൻകൂട്ടി ആസൂത്രണം ചെയ്ത് ബോധ പൂർവമായി നടത്തിയ ഒരാക്രമണമാണിതെന്നതും എന്റെ അഭിപ്രായ ത്തിൽ, തികച്ചും അതിശയോക്തിയാണ്."

ഇപ്പോൾ സ്ക്രീനിൽ ഡോ. സ്വദേശ് സിങ്ങിനെയാണ് കാണുന്നത്. അദ്ദേഹം പറയുന്നു: ''മുഖ്യമന്ത്രി മോദി കലാപം തടയാൻ തന്റെ സർവ്വ കഴിവും പ്രയോഗിച്ചിട്ടുണ്ട്. മൂന്നു ദിവസത്തിനുള്ളിൽ പൊലീസിന് ക ലാപം തടയാൻ കഴിഞ്ഞതുതന്നെ മോദിയുടെ ഇടപെടലിന്റെ തെളിവാ ണ്.''

സെന്റ് ആൻഡ്രൂസ് സർവകലാശാലയിലെ ഇന്ത്യൻ രാഷ്ട്രീയകാര്യ വിദഗ്ദ്ധൻ ഡോ. ക്രിസ് ഒഗ്ഡെൻ സംസാരിക്കുന്നു: "ബി ജെ പി നേതൃത്വ ത്തിന് അദ്ദേഹം രാജിക്കത്ത് നൽകുക പോലുമുണ്ടായി. ബി ജെ പി അത് നിരസിക്കുകയായിരുന്നു.''

സ്വപൻ ദാസ് ഗുപ്ത: ''ഇത്തരമൊരു ദശാസന്ധിയിൽ രാഷ്ട്രീയ മായി നിങ്ങളൊരു രാജിക്കത്ത് നൽകുകയും അത് നിരസിക്കപ്പെടുക യും ചെയ്യുന്നു എന്നതിനർത്ഥം രാജിനാടകം അതോടെ അവസാനിച്ചു എന്നാണ്''.

ഗുജറാത്തിലെ ഒരു നഗരക്കാഴ്ച. ഒരു ജെസ്യൂട്ട് പുരോഹിതൻ തെരു വീഥിയിലൂടെ നടന്നുവരുന്നു. ഫാ. സെഡ്രിക് പ്രകാശ് എന്ന നാമധാരി യായ ആ പുരോഹിതൻ സംസാരിക്കുന്നു: ''എന്റെ പേര് സെഡ്രിക് പ്രകാശ്. ഞാനൊരു ജെസ്യൂട്ട് പുരോഹിതനാണ്. നീതിക്കും സമാധാ നത്തിനുംവേണ്ടിയുള്ള മനുഷ്യാവകാശ സംരക്ഷണമാണ് എന്റെ പശ്ചാ ത്തലം.''

അവതാരക: ''ഗുജറാത്തിലെ മനുഷ്യാവകാശ പ്രവർത്തകർ മൂന്ന് റിട്ടയേർഡ് ജഡ്ജിമാരുടെ നേതൃത്വത്തിൽ ഒരു സിറ്റിസൺസ് ട്രിബ്യൂ ണലിന് നേതൃത്വം നൽകി. കലാപത്തെക്കുറിച്ചന്വേഷിക്കാൻ നിയോഗി ക്കപ്പെട്ട ഈ സമിതിയെ സഹായിച്ചത് ഫാ. സെഡ്രിക്കാണ്".

ഫാ. സെഡ്രിക്: "ഗവൺമെന്റിലുള്ള ആളുകളോടും ഞങ്ങൾ പറ ഞ്ഞത്, സിറ്റിസൺസ് ട്രിബ്യൂണലിനുമുമ്പാകെ സത്യസന്ധമായി കാര്യ ങ്ങൾ വെളിപ്പെടുത്തണമെന്നാണ്. എന്നാൽ, അത് അത്ര എളുപ്പമായി രുന്നില്ല. അവരാകെ ഭയചകിതരായിരുന്നു. അവരുടെ ജോലിതന്നെ അപ കടപ്പെടാൻ സാധ്യതയുണ്ടായിരുന്നു. അതായിരുന്നു അവരുടെ ഭയ ത്തിന്റെ കാരണം".

ഫാ. സെഡ്രിക്കും കൂട്ടരും ഡൽഹിയിലേക്ക്. വിമാനം പറന്നുയ രുന്ന ദൃശ്യം സ്ക്രീനിൽ.

അദ്ദേഹം തുടരുന്നു: ''ഡൽഹിയിലേക്കുള്ള യാത്രാമദ്ധ്യേ വിമാന ത്തിൽ എന്റെ അടുത്ത സീറ്റിലിരുന്നത് ഗുജറാത്ത് ഗവൺമെന്റിലെ ഒരു മന്ത്രിയായിരുന്നു. ബി ജെ പിക്കാരനായ അദ്ദേഹം തന്റെ ഐഡന്റിറ്റി

ആദ്യം വെളിപ്പെടുത്തിയില്ല. നിരവധി വർഷങ്ങളായി അദ്ദേഹമായിരുന്നു ആഭ്യന്തര വകുപ്പിന്റെ ചുമതലക്കാരൻ, ഹരേൻ പാണ്ഡ്യ. അദ്ദേഹം ഈയടുത്തയിടെ, സംസ്ഥാന മുഖ്യമന്ത്രിയായി മോദി അധികാരമേറ്റതിനെത്തുടർന്ന് ആഭ്യന്തര മന്ത്രി സ്ഥാനം രാജിവെച്ചു."

സ്ക്രീനിൽ ഹരേൻ പാണ്ഡ്യയുടെ ദൃശ്യം തെളിഞ്ഞുനിൽക്കുന്നു.

ഫാ. സെഡ്രിക് തുടരുകയാണ്: സിറ്റിസൺസ് കൗൺസിലിനോട് കാര്യങ്ങൾ വെളിപ്പെടുത്തുകയാണെങ്കിൽ അദ്ദേഹത്തിന്റെ ഐഡന്റിറ്റി മറച്ചുവെച്ച് അദ്ദേഹത്തെ സംരക്ഷിക്കാൻ സാധ്യമായ എല്ലാ ശ്രമവും നടത്തുമെന്ന് ഞാൻ അദ്ദേഹത്തോട് പറഞ്ഞു. അറിയാവുന്ന എല്ലാ കാര്യങ്ങളും നിശ്ചയമായും പറയാൻ തയ്യാറാവണമെന്ന് അദ്ദേഹത്തോടാവശ്യപ്പെട്ടു. തനിക്ക് ഒട്ടേറെ കാര്യങ്ങൾ അറിയാമെന്ന് അദ്ദേഹം തുടക്കത്തിൽതന്നെ പറഞ്ഞു. ട്രിബ്യൂണൽ അന്വേഷിക്കുന്ന വിഷയത്തിലെ കാര്യങ്ങൾ പറഞ്ഞുതരാൻ പറ്റിയ ഏറ്റവും പ്രധാന ആൾതന്നെയായിരുന്നു അദ്ദേഹം".

നടന്നുനീങ്ങുന്ന ഫാ. സെഡ്രിക്കിന്റെ ദൃശ്യം സ്ക്രീനിൽ.

അവതാരകയുടെ വാക്കുകൾ: ''പൊലീസിനു നൽകിയ നിർദ്ദേശങ്ങളുൾപ്പെടെ കലാപത്തിൽ മോദി വഹിച്ച പങ്കിനെക്കുറിച്ചാണ് ട്രിബ്യൂണൽ അന്വേഷിച്ചത്''.

ഫാ. സെഡ്രിക്: ''ഫെബ്രുവരി 27ന് എന്താണുണ്ടായത് എന്നതിനെക്കുറിച്ച് വിശദീകരിക്കാൻ അങ്ങനെയാണ് അദ്ദേഹം എന്റെ ഓഫീസിലെത്തിയത്. വളരെ വ്യക്തമായി കലാപത്തിന് ഉത്തരവാദി മോദിയാണെന്ന് അദ്ദേഹം വെളിപ്പെടുത്തുന്നു".

ഹരേൻ പാണ്ഡ്യയുടെ ബ്ലാക്ക് ആന്റ് വൈറ്റ് ചിത്രം സ്ക്രീനിൽ നിറഞ്ഞുകാണുന്നു.

അവതാരകയുടെ ശബ്ദമാണ് കേൾക്കുന്നത്: ''അദ്ദേഹം 27–ാം തീയതി രാത്രി താൻ ഉൾപ്പെടെ പങ്കെടുത്തിരുന്ന മോദി വിളിച്ചുചേർത്ത ഉന്നത പൊലീസ് ഉദ്യോഗസ്ഥരുടെ യോഗത്തെക്കുറിച്ചുള്ള വിവരങ്ങൾ ട്രിബ്യൂണലിന് കൈമാറി''.

രൂക്ഷമായ മുഖഭാവത്തോടെയുള്ള മോദിയുടെ ചിത്രം സ്ക്രീനിൽ തെളിയുന്നു.

അവതാരക: "ഗോധ്രയിലെന്തു സംഭവിച്ചു എന്നത് സംബന്ധിച്ച് ഗവൺമെന്റിനുള്ളിൽനിന്നുള്ള ആദ്യത്തെ കൃത്യമായ സൂചനയായിരുന്നു ഇത്."

ഫാ. സെഡ്രിക്: ആ യോഗത്തിൽ പങ്കെടുത്തിരുന്ന ആളെന്ന നിലയിൽ കലാപത്തിന്റെ ഉത്തരവാദിത്വം തനിക്കുമുണ്ടെന്ന് ഹരേൻ പാണ്ഡ്യ കരുതി. ആ നിലയിൽ താനും നിയമത്തിനുമുന്നിൽ വരേണ്ടതുണ്ട് എന്നദ്ദേഹം വിശ്വസിച്ചിരുന്നു''.

ഇംതിയാസ് പഠാൻ

ഡോ. ക്രിസ് ഒഗ്ഡെൻ

സ്ക്രീനിൽ ഇൻവെസ്റ്റിഗേറ്റീവ് ജേണലിസ്റ്റ് ഹർദോഷ് സിങ് ബാൽ. അദ്ദേഹം പറയുന്നു: ''നിയമം നടപ്പാക്കേണ്ട ഏജൻസികൾ ഒന്നും ചെയ്യരുതെന്നും മുസ്ലീം വിഭാഗത്തെ ആക്രമിക്കാൻ ഹിന്ദുക്കളെ അനുവദിക്കണമെന്നുമുള്ള തീരുമാനം സംസ്ഥാന മുഖ്യമന്ത്രി തന്നെയാണ് എടുത്തത് എന്ന സൂചനയാണ് ഹരേൻ പാണ്ഡ്യ നൽകിയത്''.

അവതാരക: ''തന്റെ പേര് പുറത്തുവരാതിരിക്കണമെന്ന് ഹരേൻ പാണ്ഡ്യ ആഗ്രഹിച്ചിരുന്നു. എന്നാൽ അദ്ദേഹം ട്രിബ്യൂണലിന് മൊഴി കൊടുത്ത വിവരം ചോർന്ന് പത്രങ്ങൾക്കു കിട്ടി. തുടർന്ന് മോദി ഗവൺമെന്റിൽനിന്നും പാണ്ഡ്യ രാജിവെച്ചു. എന്തു വിലകൊടുത്തും സമാധാനം സ്ഥാപിക്കാനും മതമൈത്രി നിലനിർത്താനും താൻ ശക്തമായ നിർദ്ദേശം നൽകിയിരുന്നുവെന്നും അല്ലാതുള്ള വാർത്തകൾ ശരിയല്ലെന്നും മോദി മാധ്യമ പ്രവർത്തകരോട് പ്രതികരിച്ചു. അപ്പോൾ പാണ്ഡ്യ നുണ പറയുകയായിരുന്നോ?"

സ്ക്രീനിൽ സ്വപൻ ദാസ്ഗുപ്ത: ''നടന്നതായി പറയപ്പെടുന്ന യോഗത്തിൽ ഞാനുണ്ടായിരുന്നില്ല. അതുകൊണ്ട് കൃത്യമായി എനിക്കറിയില്ല. എന്നാൽ ഒരു മുഖ്യമന്ത്രി ആളുകൾക്ക് അക്രമം നടത്താനുള്ള ബ്ലാങ്ക് ചെക്ക് നൽകുമോ? ഞാനത് വിശ്വസിക്കുന്നില്ല.''

കാറിൽ കയറുന്ന പാണ്ഡ്യയുടെ ചിത്രം സ്ക്രീനിൽ

അവതാരക: ''കഴിഞ്ഞ വർഷം ഇന്ത്യയിലെ സുപ്രീംകോടതി പാണ്ഡ്യയുടെ അവകാശവാദം വ്യാജമാണെന്ന് പറഞ്ഞു. ഔദ്യോഗിക

അന്വേഷണത്തെ അടിസ്ഥാനപ്പെടുത്തിയുള്ളതായിരുന്നു സുപ്രീംകോടതിയുടെ ഈ കണ്ടെത്തൽ. ഔദ്യോഗിക റിപ്പോർട്ടിൽ പറയുന്നത്, ഫെബ്രുവരി 27 ന്റെ യോഗത്തിൽ പാണ്ഡ്യ ഉണ്ടായിരുന്നില്ല എന്നാണ്. അദ്ദേഹം ആ യോഗത്തിൽ പങ്കെടുത്തിരുന്നു എന്നതിന്റെ ഒരു തെളിവും ലഭിച്ചിട്ടില്ലായെന്നും പങ്കെടുത്ത മറ്റു പലരും ഹരേൻ പാണ്ഡ്യയുടെ സാന്നിധ്യം നിഷേധിക്കുകയായിരുന്നു എന്നും അദ്ദേഹത്തിന്റെ കൈവശമുള്ള സർക്കാർ മൊബൈൽ യോഗം നടന്ന സമയത്ത് വളരെ അകലെ ഒരിടത്തായിരുന്നു എന്നും റിപ്പോർട്ട് സൂചിപ്പിക്കുന്നു. എന്നാൽ ചില ആളുകൾ ഈ അന്വേഷണത്തിന്റെ വിശ്വാസ്യതയെ ചോദ്യം ചെയ്തു. മിക്ക രാഷ്ട്രീയക്കാരും ഇതുപോലുള്ള ആരോപണങ്ങളോട് മുഖംതിരിക്കുകയാണ് പതിവ്. കാരണം ഇത് വളരെ വിനാശകരമായ ആരോപണങ്ങളാണ്. ഈ വിമർശനങ്ങളുടെ നടുവിൽനിൽക്കവെ മോദി അപ്രതീക്ഷിതമായി ഗുജറാത്തിൽ ഇടക്കാല തിരഞ്ഞെടുപ്പ് പ്രഖ്യാപിച്ചു."

തിരഞ്ഞെടുപ്പ് പ്രചരണ യോഗങ്ങളുടെയും മോദി പ്രസംഗിക്കുന്നതിന്റെയും ദൃശ്യങ്ങൾ സ്ക്രീനിൽ നിറഞ്ഞുനിൽക്കുന്നു.

ഡോ. ക്രിസ് ഒഗ്ഡെൻ സംസാരിക്കുകയാണ്: "ഈ തിരഞ്ഞെടുപ്പ് നരേന്ദ്ര മോദി എന്ന ഒറ്റ വ്യക്തിയിൽ കേന്ദ്രീകരിച്ചുള്ളതായിരുന്നു. തന്റെ അനുയായികളോട് അദ്ദേഹം തീവ്ര ഹിന്ദു ദേശീയതയാണ് പ്രസംഗിച്ചത്. മുസ്ലീം തീവ്രവാദികളിൽനിന്ന് ഹിന്ദുക്കൾക്ക് പ്രതീക്ഷയും സുരക്ഷയുമാണ് അദ്ദേഹം വാഗ്ദാനം ചെയ്തത്. ഇത് അമേരിക്കയിലെ സെപ്തംബർ 11 സംഭവങ്ങളെ ഓർമിപ്പിക്കുന്നതായിരുന്നു, പല വിധത്തിലും ലോകത്തുടനീളം മുസ്ലീങ്ങൾക്കെതിരായ നടപടികളെ ന്യായീകരിക്കുന്നതുമായിരുന്നു. ഇതാണ് ഗുജറാത്തിൽ ബി ജെ പി ചെയ്തതിനെ ചുരുങ്ങിയ പക്ഷം ശ്രദ്ധേയമാക്കുന്നത്.''

ഫാദർ സെഡ്രിക് പ്രകാശ്

പശ്ചാത്തലത്തിൽ സംഘപരിവാറിന്റെ ബൈക്ക് റാലി.

സ്ക്രീനിൽ നിലഞ്ജൻ മുഖോപാധ്യായ: "ഹിന്ദു രക്തസാക്ഷിത്വം ശക്തമായ വികാരം സൃഷ്ടിച്ചിരിക്കുന്നു എന്നു മോദിക്ക് ബോധ്യമായി. ജനങ്ങളുടെ ആ ദുഃഖത്തെ തിരഞ്ഞെടുപ്പായുധമാക്കാൻ അദ്ദേഹം തീരുമാനിച്ചു."

മോദിയുടെ തിരഞ്ഞെടുപ്പ് പ്ര

സംഗമാണ് ഇപ്പോൾ സ്ക്രീനിൽ കാണുന്നത്. അദ്ദേഹത്തിന്റെ വാക്കുകൾ: "ഗോധ്രയിൽ നിരപരാധികളായ 60 ഹിന്ദു തീർത്ഥാടകരെയാണ് അവർ ജീവനോടെ ചുട്ടെരിച്ചത്. നിങ്ങൾക്കത് ഓർമയില്ലേ? വാർത്തകൾ നിങ്ങൾ കേട്ടില്ലേ? പറയൂ, ഉറക്കെ പറയൂ!"

ആൾക്കൂട്ടം: ''ഉണ്ട്, ഉണ്ട്'' (ആർപ്പുവിളിയോടെ)

മോദി വീണ്ടും: ''അതിനുശേഷം ഗ്രാമങ്ങളിൽ നിങ്ങൾ ആരുടെയെങ്കിലും കടകൾക്ക് തീയിട്ടോ?

ആൾക്കൂട്ടം: ഇല്ല, ഇല്ല!

മോദി: നിങ്ങളാരെയെങ്കിലും കുത്തിക്കൊന്നോ? ആരുടെയെങ്കിലും തലയറുത്തോ?

ആൾക്കൂട്ടം: ഇല്ല, ഇല്ലേയില്ല!

മോദി: നിങ്ങളാരുടെയെങ്കിലും അമ്മയെയോ സഹോദരിമാരെയോ ബലാത്സംഗം ചെയ്തോ!

ആൾക്കൂട്ടം: ഇല്ല!

മോദി: എന്നാൽ ഗുജറാത്തിന്റെ ശത്രുക്കൾ ഇങ്ങനെയെല്ലാം പറഞ്ഞു നടക്കുന്നു. ഇവിടുത്തെ ഗ്രാമങ്ങളെല്ലാം കത്തിയെരിയുകയാണ് എന്നവർ പറയുന്നു. അവർ ഗുജറാത്തിനെയും ഗുജറാത്തികളെയും ആക്ഷേപിക്കുന്നു.

സ്ക്രീനിൽ മുഖത്തോടുമുഖം നോക്കുന്ന മോദിയുടെ സുരക്ഷാഭടന്മാരുടെ ദൃശ്യം.

മോദി തുടരുന്നു: ഞാൻ നിങ്ങളുടെ മുന്നിൽ ഈ തീർത്ഥാടനവുമായെത്തിയത് ഇതെല്ലാം നുണയാണെന്ന് തെളിയിക്കാനാണ്.

(ആവേശത്തോടെ കൈയടിക്കുകയും 'ഭാരത്മാതാ കി ജയ്'' എന്ന് ആർത്തുവിളിക്കുകയും ചെയ്യുന്ന ആൾക്കൂട്ടം. മോദി തന്റെ പ്രസംഗം അവസാനിപ്പിക്കുന്നു)

ഇൻവെസ്റ്റിഗേറ്റീവ് ജേണലിസ്റ്റ് ഹർദോഷ് സിങ് ബാൽ ആണിപ്പോൾ സ്ക്രീനിൽ.

അദ്ദേഹം പറയുന്നു: ''മുസ്ലീങ്ങൾക്കെതിരായ ഈ അക്രമവും കലാപവുമാണ് തിരഞ്ഞെടുപ്പ് പ്രചരണത്തിൽ നരേന്ദ്രമോദി പ്രചരണായുധമാക്കിയത്. ഇതാണ് മോദി ജനങ്ങൾക്കായി നൽകിയത്. മുസ്ലീങ്ങൾക്കെതിരായ കലാപവും അതിനോടുള്ള മോദിയുടെ പ്രതികരണവുമാണ് നരേന്ദ്രമോദിയുടെ വ്യക്തിത്വത്തെ കൂടുതൽ ഇരുണ്ടതാക്കി മാറ്റിയത്''.

മോദിയുമായി മക്ഗിവറിങ് അക്കാലത്തു നടത്തിയ അഭിമുഖത്തിന്റെ ദൃശ്യമാണിപ്പോൾ കാണുന്നത്. ആഹ്ലാദവദനനായി ചിരിച്ച് അഭിമുഖത്തിനിരിക്കുന്ന മോദിയെ ഇവിടെ കാണാം. പിന്നീട് അഭിമുഖം മുന്നോട്ടുപോകുന്നതിനനുസരിച്ച് തനിക്ക് ഹിതകരമല്ലാത്തതു കേൾക്കു

മ്പോൾ വലിഞ്ഞുമുറുകിയ മുഖവുമായി മാധ്യമപ്രവർത്തകയോട് തട്ടിക്കയറുന്നതും കാണാം.

ഇവിടെ ഡോക്യുമെന്ററിക്കായുള്ള തന്റെ വിവരണത്തിന്റെ ഭാഗമായി മക്ഗിവറിങ് ഇങ്ങനെ പറയുന്നുണ്ട്: "നരേന്ദ്രമോദി മാധ്യമങ്ങളോട് സൗഹൃദപരമായി ഇടപെടുന്നയാളാണെന്ന് ഭാവിക്കുന്നതേയില്ല. ഞാൻ പറയുന്നത് നിങ്ങൾ കേട്ടാൽ മാത്രം മതി, പരമാവധി അതെ എന്നു മാത്രം തിരിച്ചു പറഞ്ഞാൽ മതി. ഇതാണ് മോദിയുടെ ഭാവം. അഭിമുഖത്തിനായി മോദിയുടെ മുന്നിൽ ഞങ്ങളിരുന്നത് എന്തെങ്കിലും ചെറിയൊരു സ്കൂപ്പെങ്കിലും കിട്ടുമോ എന്ന പ്രതീക്ഷയിലായിരുന്നു. ആകർഷണീയവും ശക്തവും ശാന്തവുമായ വ്യക്തിത്വത്തിനുടമയായി ഞങ്ങൾക്കു മുന്നിൽ മോദി ഇരുന്നു.''

ഇരുപതുവർഷംമുമ്പുള്ള ആ അഭിമുഖത്തിന്റെ ഭാഗമാണ് ഇപ്പോൾ കാണിക്കുന്നത്.

മക്ഗിവറിങ്: ''നമുക്കിനി തിരഞ്ഞെടുപ്പ് കാര്യങ്ങളിലേക്ക് കടക്കാം. സംസ്ഥാനമാകെ കുഴപ്പത്തിലാണെന്ന് കാണുന്നു. ഞങ്ങൾ കാണുന്നത് എവിടെയും അക്രമസംഭവങ്ങൾ ആവർത്തിക്കുന്നതാണ്; ജനങ്ങൾ ഭീതിയിൽ കഴിയുന്നതാണ്. ക്രമസമാധാനനിലയിലെ ഈ തകർച്ചയ്ക്ക് എന്താണ് കാരണം?"

മോദി: (കണ്ണുരുട്ടിക്കൊണ്ട്) "നിങ്ങൾ പറയുന്നതിനോട് എനിക്ക് യോജിക്കാനാവില്ല. നിങ്ങളുടെ വിശകലനത്തോടും ഞാൻ യോജിക്കുന്നില്ല. നിങ്ങൾ പറയുന്ന കാര്യങ്ങളോടും എനിക്ക് യോജിക്കാനാവില്ല. നിങ്ങളീ പറയുന്ന കാര്യങ്ങളെല്ലാം തന്നെ തികച്ചും തെറ്റിദ്ധാരണാജനകമായ വിവരങ്ങളെ അടിസ്ഥാനപ്പെടുത്തിയുള്ളതാണ്. എവിടുന്നാണ് നിങ്ങളീ ചപ്പുചവറുകളെല്ലാം പെറുക്കിയെടുത്തത്? ഏത് ചവറ്റുകൂനയിൽനിന്നാണ് നിങ്ങൾക്കിതെല്ലാം കിട്ടിയത് എന്ന് എനിക്കറിയില്ല".

മക്ഗിവറിങ്: "ചിലയാളുകൾ താങ്കളുടെ ഗവൺമെന്റിനെക്കുറിച്ച് മുസ്ലീങ്ങൾക്കെതിരായ അക്രമങ്ങൾ തടയാൻ വേണ്ട കാര്യങ്ങളൊന്നും ചെയ്തില്ല എന്നാരോപിക്കുന്നുണ്ട്. ഇപ്പോൾ പോലും മുസ്ലീങ്ങൾ സംരക്ഷിക്കപ്പെടുന്നില്ല എന്ന ആരോപണം ഉണ്ട്."

മോദി: "ഇവയെല്ലാം തന്നെ വ്യാജപ്രചരണങ്ങളാണ്; ഞങ്ങളുടെ എതിരാളികൾ നടത്തുന്ന വ്യാജപ്രചരണങ്ങൾ. നിങ്ങളും ഈ വ്യാജപ്രചരണത്തിൽ കുടുങ്ങിയിരിക്കുകയാണ്.''

മക്ഗിവറിങ്: ''ഞാനീ റിപ്പോർട്ടു ചെയ്യുന്ന വിവരങ്ങൾ വ്യാജപ്രചരണമാകുന്നതെങ്ങനെയെന്ന് താങ്കൾക്കൊന്ന് വിശദീകരിക്കാമോ? ഞാൻ റിപ്പോർട്ടു ചെയ്യുന്ന കാര്യങ്ങളെല്ലാംതന്നെ എന്റെ കണ്ണുകൾകൊണ്ട് ഞാൻ നേരിട്ടുകണ്ടതാണ്. സംഭവം നടക്കുന്ന സമയത്തും പിന്നീടും.''

ഹരേൻ പാണ്ഡ്യ

ഡോ. സുബ്രഹ്മണ്യൻ സ്വാമി

മോദി: ''അതെല്ലാംതന്നെ എതിരാളികൾ പറഞ്ഞുപരത്തുന്നതാണ്.''

മക്ഗിവറിങ് : ''ഇതിനകം പ്രസിദ്ധീകരിച്ചിട്ടുള്ള സ്വതന്ത്രമായ റിപ്പോർട്ടുകൾ എന്താണ് സംഭവിക്കുന്നതെന്ന് വ്യക്തമാക്കുന്നുണ്ടല്ലോ''.

മോദി (രോഷാകുലനായി കൈചൂണ്ടിക്കൊണ്ട് പ്രതികരിക്കുന്നു). ''ഒരു ഗവൺമെന്റിന്റെയും ആഭ്യന്തര കാര്യങ്ങളിൽ തലയിടാൻ നിങ്ങൾക്കെന്നല്ല, ഒരാൾക്കും അവകാശമില്ല. നിങ്ങളങ്ങനെ ചെയ്തിട്ടുണ്ടെങ്കിൽ അത് തീർത്തും തെറ്റാണ്''.

മക്ഗിവറിങ്: ''ഞാൻ ഇതൊരു മനുഷ്യാവകാശ പ്രശ്നമെന്ന നിലയ്ക്കും പൊതുവിവരമെന്ന നിലയ്ക്കുമാണ് പറയുന്നത്''.

മോദി (ഭീഷണിയുടെ സ്വരത്തിൽ): ''മനുഷ്യാവകാശങ്ങളെക്കുറിച്ച് ഞങ്ങളെ പഠിപ്പിക്കാൻ വരണ്ട. എന്താണ് മനുഷ്യാവകാശമെന്ന് ബ്രിട്ടീഷുകാരായ നിങ്ങളേക്കാൾ നന്നായി ഞങ്ങൾക്കറിയാം. അതുകൊണ്ട് മനുഷ്യാവകാശത്തെക്കുറിച്ചുള്ള പ്രഭാഷണമൊന്നും ഇങ്ങോട്ടെടുക്കണ്ട.''

മക്ഗിവറിങ്: ''കഴിഞ്ഞ മാസം നടന്ന കാര്യങ്ങളിലേക്ക് താങ്കളൊന്ന് തിരിഞ്ഞുനോക്കിയാൽ മാത്രം മതി. വളരെ ദുരിതം നിറഞ്ഞൊരു കാലഘട്ടത്തിൽ ഈ സംസ്ഥാനത്തെ നയിച്ച നേതാവെന്ന നിലയിൽ ഇവിടെ നടന്ന എന്തെങ്കിലും കാര്യത്തെക്കുറിച്ച് താങ്കൾ ചിന്തിച്ചിട്ടുണ്ടോ? വ്യത്യസ്തമായി താങ്കളെന്തെങ്കിലും ചെയ്തുവെന്ന് പറയാമോ?''

മോദി: ''ശരിയാണ്, വ്യത്യസ്തമായൊരു മേഖലയുണ്ട്. മാധ്യമങ്ങളെ എങ്ങനെ കൈകാര്യം ചെയ്യണമെന്ന് വളരെ വളരെ നന്നായി എനിക്കറിയാം?''

ബി ജെ പി അനുകൂലികൾ തിരഞ്ഞെടുപ്പ് വിജയാഹ്ലാദത്തിൽ. ഭ്രാന്തമായ ആഹ്ലാദപ്രകടനവും ആരവങ്ങളും. ആ ജനക്കൂട്ടത്തിൽ സുരക്ഷാഭടന്മാർക്കൊപ്പം ഈ തിരഞ്ഞെടുപ്പ് വിജയത്തിന്റെ ശിൽപ്പിയായ മോദിയും.

ആർ ബി ശ്രീകുമാർ

സഞ്ജീവ് ഭട്ട്

സ്ക്രീനിൽ നിലഞ്ജൻ മുഖോപാധ്യായ സംസാരിക്കുന്നു: ''മോദി എത്രമാത്രം ആക്രമിക്കപ്പെടുന്നുവോ അത്രമാത്രം അദ്ദേഹം ശക്തനായി മാറുന്നു. ലളിതയുക്തികൊണ്ടാണ് അദ്ദേഹം ഇത് നേടിയെടുക്കുന്നത്. താൻ ആക്രമിക്കപ്പെടുന്നത് ഹിന്ദുക്കളുടെ അവകാശത്തിനുവേണ്ടി നില നിൽക്കുന്നതുകൊണ്ടാണ് എന്നദ്ദേഹം ജനങ്ങളെ ധരിപ്പിക്കുന്നു."

സ്ക്രീനിൽ പ്രൊഫ. ക്രിസ്റ്റഫെ ജാഫ്രലോ. അദ്ദേഹം പറയുന്നു: ''നിങ്ങളെത്രത്തോളം ചേരിതിരിവുണ്ടാക്കുന്നുവോ അത്രത്തോളം നിങ്ങൾക്ക് വോട്ട് ലഭിക്കും; ഭൂരിപക്ഷത്തിന്റെ പിന്തുണയും ലഭിക്കും.''

മാർച്ച് 2003

സ്ക്രീനിൽ മാർച്ച് 2003 എന്ന് തെളിയുന്നു.

ഫാ. സെഡ്രിക് കാറിൽ സഞ്ചരിക്കുന്ന ദൃശ്യം. അദ്ദേഹം പറയുന്നു: ''ഞാൻ കാറിലേക്ക് പ്രവേശിച്ചയുടൻ എന്റെ സുഹൃത്തായ മാധ്യമപ്രവർത്തകയിൽ നിന്നൊരു ഫോൺവിളി. അവളെന്നോട് ചോദിച്ചത് ഹരേൻ പാണ്ഡ്യക്ക് എന്താണ് സംഭവിച്ചതെന്ന് താങ്കൾക്കറിയാമോ എന്നാണ്; അവൾ പറഞ്ഞത് അദ്ദേഹം കൊല്ലപ്പെടുകയായിരുന്നു എന്നാണ്.''

ഹരേൻ പാണ്ഡ്യയെ കാറിൽ കൊല്ലപ്പെട്ട നിലയിൽ കണ്ടെത്തിയ ദൃശ്യങ്ങൾ.

ഹർദോഷ് സിങ് ബാൽ: ''ഒരു കാറിനുള്ളിൽ സംശയകരമായ സാഹചര്യത്തിൽ കൊല്ലപ്പെട്ട നിലയിൽ അദ്ദേഹത്തെ കണ്ടെത്തുകയായിരുന്നു. വെടിയുണ്ട തുളച്ചുകയറിയ ഭാഗത്ത് ചോരപ്പാടുകളൊന്നും ഉണ്ടായിരുന്നില്ല. അദ്ദേഹത്തെ കണ്ടെത്തിയ സ്ഥലത്തോ ചുറ്റുപാടുമോ ചോരയുടെ പാടുകളൊന്നുംതന്നെ ഉണ്ടായിരുന്നില്ല. തെളിവുകൾ വ്യക്തമാക്കുന്നത് മറ്റെവിടെയോ വച്ച് കൊലപ്പെടുത്തിയശേഷം മൃതശരീരം അവിടെ കൊണ്ടുവന്ന് ആ കാറിൽ ഉപേക്ഷിക്കുകയായിരുന്നു എന്നാണ്.''

പൊലീസുകാർ കാറും പരിസരവും പരിശോധിക്കുന്നതിന്റെ ദൃശ്യം.

പ്രൊഫ. ക്രിസ്റ്റഫെ ജാഫ്രലോ: ''ഹരേൻ പാണ്ഡ്യയുടെ മരണം ഇപ്പോഴും ദുരൂഹതയാണ്. എന്റെ അറിവനുസരിച്ച് ശരിയായൊരു അന്വേഷണംപോലും ഇതേവരെ നടന്നിട്ടില്ല''.

നിലഞ്ജൻ മുഖോപാധ്യായ: ''ഹരേൻ പാണ്ഡ്യയുടെ കൊലപാതകം ഇപ്പോഴും ഉത്തരം കണ്ടെത്തിയിട്ടില്ലാത്ത പ്രഹേളികയായി തുടരുന്നു.''

അവതാരക: ''ഈ കൊലപാതകവുമായി ബന്ധപ്പെട്ട് 12 ആളുകളെ പിടികൂടി ജയിലിലടച്ചു. എന്നാൽ ഹരേൻ പാണ്ഡ്യ കൊലപാതക കേസിലെ എല്ലാ കുറ്റാരോപിതരെയും കുറ്റവിമുക്തരാക്കിയ കോടതി അന്വേഷണം ശരിയായ ദിശയിലല്ല നടന്നതെന്ന് പൊലീസിനെ കുറ്റപ്പെടുത്തുകയും ചെയ്തു. ഹരേൻ പാണ്ഡ്യ ഗുജറാത്തിലെ മുൻ ആഭ്യന്തരമന്ത്രിയായിരുന്നു എന്നുള്ള കാര്യം കൂടി നിങ്ങളോർക്കണം.''

2019 ലെ സുപ്രീംകോടതി വിധി റിപ്പോർട്ടു ചെയ്യുന്ന ഒരു ഹിന്ദി ചാനൽ ദൃശ്യങ്ങൾ സ്ക്രീനിൽ. വിചാരണ കോടതിവിധി സുപ്രീംകോടതി ശരിവയ്ക്കുകയായിരുന്നു.

അവതാരക തുടരുന്നു: ''നരേന്ദ്രമോദിയുടെ സ്വന്തം പാർടിക്കാർതന്നെ ഹരേൻ പാണ്ഡ്യയുടെ മരണത്തെക്കുറിച്ചുള്ള അന്വേഷണത്തിൽ സംശയം പ്രകടിപ്പിച്ചിരുന്നു.''

ബി ജെ പി മുൻ എം പിയും നരേന്ദ്രമോദിയുടെ വിമർശകനുമായ ഡോ. സുബ്രഹ്മണ്യൻ സ്വാമിയാണ് സ്ക്രീനിൽ. അദ്ദേഹം പറയുന്നു : ''എനിക്ക് ഹരേൻ പാണ്ഡ്യയെ വ്യക്തിപരമായി നേരിട്ടറിയാം. അദ്ദേഹത്തിന്റെ കൊലപാതകം വലിയൊരു ദുരന്തമായിരുന്നു; ദുരൂഹമാണത്. സാഹചര്യങ്ങളിൽനിന്ന് എനിക്ക് മനസ്സിലാകുന്ന കാര്യങ്ങൾ വിശ്വസിക്കാൻ പ്രയാസമുള്ളതാണ്. ആരാണത് ചെയ്തതെന്ന് എനിക്കറിയണം. കൊലയാളി ആരായിരുന്നാലും അയാൾക്ക് അദ്ദേഹത്തോടുള്ള വ്യക്തിപരമായ പകവീട്ടലായിരുന്നില്ല അത്. അതുപോലെതന്നെ, അത് നന്നായി ആസൂത്രണം ചെയ്ത് നടപ്പാക്കിയതുമാണ്. ശരിയായവിധം അന്വേഷണം നടന്നതായി ഞാൻ കരുതുന്നില്ല.''

സ്വപൻ ദാസ് ഗുപ്ത പറയുന്നു: ''ഹരേൻ പാണ്ഡ്യയെ കൊല്ലാൻ തക്കംപാർത്തുകഴിഞ്ഞിരുന്ന ഏതോ ഭീകരവാദികളാണ് അദ്ദേഹത്തെ കൊലപ്പെടുത്തിയത്. അന്വേഷണം സമഗ്രമായിരുന്നു. അന്വേഷണത്തിന്റെ ഓരോ ഘട്ടവും ഇന്ത്യൻ ജുഡീഷ്യൽ പ്രക്രിയയ്ക്ക് വിധേയമായിരുന്നു. സുപ്രീംകോടതി വിധിയിലാണ് അതവസാനിച്ചത്. അതിവിടെ അവസാനിപ്പിക്കാം ഇനിയുമത് പറഞ്ഞു നടക്കേണ്ട കാര്യമില്ല.''

ആകാശി ഭട്ട്

ഹരേഷ് ഭട്ട്

യോർക്ക്ഷെയർ

സ്ക്രീനിൽ യോർക്ക്ഷെയർ, ആഗസ്ത് 2003 എന്ന് കാണാം.

അവതാരക: ''യോർക്ക്ഷെയറിൽ താമസിക്കുന്ന ദാവൂദ് കുടുംബത്തിന് ഗുജറാത്തിലെ പൊലീസ് സംവിധാനത്തിലുള്ള വിശ്വാസം നഷ്ടപ്പെട്ടു; സെയ്ദിനെയും ഷക്കീലിനെയും മുഹമ്മദിനെയും കൊലപ്പെടുത്തിയ ആളുകളെ ഗുജറാത്ത് പൊലീസ് പിടികൂടുമെന്ന വിശ്വാസം തന്നെ അവർക്കില്ലാതായി''.

സ്ക്രീനിൽ സെയ്ദിന്റെയും ഷക്കീലിന്റെയും മുഹമ്മദിന്റെയും ചിത്രങ്ങൾ തെളിയുന്നു.

ഇമ്രാന്റെ അമ്മാവൻ യൂസഫ് ദാവൂദ്: ''ഇന്ത്യയിലെ പൊലീസ് എന്താണ് ചെയ്യുന്നത് എന്നതിനെക്കുറിച്ച് ഗൗരവതരമായ ചില സംശയങ്ങൾ ഉയരുന്നു; ഒരു വശത്ത് അവർ പറയുന്നത്, തങ്ങൾ സാധ്യമായതെല്ലാം ചെയ്യുന്നുവെന്നാണ്; എന്നാൽ മറുവശത്ത് നാം കാണുന്നത് ഈ അന്വേഷണങ്ങളിൽനിന്ന് ഒരു ഫലവും ഉണ്ടാകുന്നില്ല എന്നാണ്. ഇന്ത്യൻ പൊലീസിൽ ഞങ്ങൾക്ക് ഒരു വിശ്വാസവുമില്ല. പ്രാഥമികാന്വേഷണം പോലും അവർ ഇതേവരെ നടത്തിയിട്ടില്ല. കുറ്റകൃത്യം നടന്ന സ്ഥലത്ത് അവർ ഇതേവരെ പോയിട്ടുപോലുമില്ല. കുടുംബാംഗങ്ങൾ കുറ്റകൃത്യം നടന്ന സ്ഥലത്തുപോയി. അവർ അവിടെ ഭീകരമായ ഒരു കണ്ടെത്തൽ നടത്തി. കൊല്ലപ്പെട്ടവരുടെ കത്തിക്കരിഞ്ഞ ഭൗതികാവശിഷ്ടങ്ങൾ അവിടെ ഉണ്ടായിരുന്നു; എല്ലുകളും പല്ലുകളും അവിടെ അവർ കണ്ടെത്തി ; എല്ലാവരും സൂചിപ്പിക്കുന്നതുപോലെ അവിടെ കണ്ട അവശിഷ്ടങ്ങൾ സെയ്ദിന്റെയും ഷക്കീലിന്റെയും തന്നെയാണെന്ന് തോന്നുന്നു. പൊലീസ് ഞങ്ങൾക്കുമുന്നിൽ ഒരു മറ തീർക്കുകയാണെന്നാണ് തോന്നു

ന്നത്; സത്യം കണ്ടെത്താൻ ഞങ്ങളെ സഹായിക്കുന്ന കാര്യത്തിൽ അവർ വിമുഖരാണ്''.

അവതാരക: ''ഒരു സംഭവവികാസമുണ്ടായി ഇതിനിടയിൽ, അപ്രതീക്ഷിതമായി''.

ഇമ്രാൻ ദാവൂദ്: "വിവാദ കഥാപാത്രമായ ഗുജറാത്ത് മുഖ്യമന്ത്രി നരേന്ദ്രമോദി ലണ്ടനിൽ ഞങ്ങൾക്കു മുന്നിലെത്തി. വർഗീയലഹളയിൽ 2000 ത്തോളം ആളുകളെങ്കിലും കൊല്ലപ്പെട്ടു. കുടുംബത്തെയും ഇരകളെയും സംബന്ധിച്ചിടത്തോളം അദ്ദേഹത്തെ ഇവിടെ ബ്രിട്ടനിൽ അറസ്റ്റുചെയ്യിക്കാനുള്ള നല്ലൊരവസരമാണിത് എന്നാണ് ഞാൻ ചിന്തിച്ചത്."

ഇമ്രാൻഖാൻ, ദാവൂദ് കുടുംബത്തിന്റെ അഭിഭാഷകൻ: ''കുടുംബം കോടതിയിൽ പോവുകയും നരേന്ദ്രമോദിയെ പ്രോസിക്യൂട്ട് ചെയ്യുകയും ചെയ്യുകയെന്നതായിരുന്നു ആശയം. നൂറുകണക്കിനു പേജുകൾ വരുന്ന റിപ്പോർട്ടുകൾ ഞങ്ങളുടെ കൈവശമുണ്ടായിരുന്നു. ഗുജറാത്തിൽ നടന്നത് കൂട്ടക്കശാപ്പാണ്, വംശഹത്യയാണ് എന്ന് വ്യക്തമാക്കുന്നവയായിരുന്നു ആ റിപ്പോർട്ടുകളെല്ലാം; ഏറ്റവും പ്രധാനമായത് സംസ്ഥാന സർക്കാരിന്റെ പങ്ക് അതിലുണ്ടായിരുന്നുവെന്നതാണ്; സംഭവ പരമ്പരകളുടെ മൊത്തം കടിഞ്ഞാണും മുഖ്യമന്ത്രിയുടെ കൈവശമായിരുന്നുവെന്നതാണ്. കുറ്റകൃത്യം നടന്നത് ഇന്ത്യയിലാണെങ്കിലും, ഇവിടെ ഈ രാജ്യത്ത്, ബ്രിട്ടനിൽവച്ച് അദ്ദേഹത്തെ പ്രോസിക്യൂട്ട് ചെയ്യാൻ കഴിയും."

അവതാരക: ''ഒരു ഇന്ത്യൻ നയതന്ത്ര പ്രതിനിധി പറഞ്ഞത് ഞങ്ങളുടെ പദ്ധതിയെക്കുറിച്ചുള്ള വാർത്ത ചോരുകയും അതറിഞ്ഞ് പരിഭ്രാന്തിയിലായ നരേന്ദ്രമോദി അടുത്ത വിമാനത്തിൽതന്നെ ബ്രിട്ടൻ വിടാൻ വാശിപിടിക്കുകയും ചെയ്തുവെന്നാണ്''.

ഇമ്രാൻഖാൻ: ''ഞാൻ കോടതിയിൽ വാദിച്ചത് നരേന്ദ്രമോദിയെ അറസ്റ്റ് ചെയ്യണമെന്നാണ്. ജഡ്ജി പറഞ്ഞത്, മി.ഖാൻ താങ്കൾ എന്റെ മുന്നിൽ അവതരിപ്പിച്ചിട്ടുള്ള കാര്യങ്ങളെല്ലാം എനിക്ക് കാണാനാവുന്നതാണ്. പക്ഷേ എനിക്ക് വേണ്ടത് സാക്ഷിമൊഴികളാണ്; മോദിയെ പ്രോസിക്യൂട്ട് ചെയ്യാൻ വേണ്ട തെളിവുകളുമാണ്. ആരെങ്കിലും എവിടെയെങ്കിലും വച്ച് വംശഹത്യക്ക് നേതൃത്വം നൽകിയിരിക്കാം; ഇങ്ങനെ സംഭവിക്കുന്നത് അനുവദിക്കാതിരിക്കാൻ ഒരുത്തരവ് ഉണ്ട് എന്നാണ് ജഡ്ജി പറഞ്ഞത്. ഇതിനകംതന്നെ ഒട്ടേറെ തെളിവുകൾ വെളിച്ചത്തു വന്നിരുന്നെങ്കിലും കേസിന്റെ മെറിറ്റ്, ജഡ്ജിയെ അപ്പോൾ ബോധ്യപ്പെടുത്താൻവേണ്ട കാര്യങ്ങൾ, ഇപ്പോൾ നമുക്കറിയാവുന്ന പല വിവരങ്ങളും അന്ന് ജഡ്ജിയുടെ മുന്നിലവതരിപ്പിക്കാൻ ഞങ്ങൾക്ക് കഴിഞ്ഞില്ല. അറസ്റ്റ് വാറന്റ് പുറപ്പെടുവിക്കാൻ ജഡ്ജി തയ്യാറാകാത്തത് ഞങ്ങളെ നിരാശപ്പെടുത്തി. എന്നാൽ കൃത്യമായ ഉത്തരം ലഭിക്കുന്നതിനും നീതി ലഭിക്കുന്നതിനും അധികൃതരെ മറുപടി പറയാൻ ബാധ്യസ്ഥരാക്കുന്ന

തിനും വലിയൊരു കാംപെയ്ൻ ആവശ്യമാണെന്ന് ഈ സംഭവം ഞങ്ങളെ ബോധ്യപ്പെടുത്തി''.

അവതാരക: ''ഗുജറാത്ത് വംശഹത്യയുടെ പേരിൽ നരേന്ദ്രമോദിക്കെതിരെ പല പാശ്ചാത്യഗവൺമെന്റുകളും നടപടിയെടുക്കാൻ തുടങ്ങിയിരുന്നു. ബ്രിട്ടൻ നരേന്ദ്രമോദിക്കെതിരെ നയതന്ത്ര ബഹിഷ്കരണം പ്രഖ്യാപിച്ചു; ഫലത്തിൽ ഇത് യാത്രാവിലക്ക് തന്നെയായിരുന്നു. മോദിക്കെതിരെ കൃത്യമായി ഒരു യാത്രാവിലക്കും പ്രഖ്യാപിക്കുകയുണ്ടായി."

ഒരു മുൻ നയതന്ത്ര പ്രതിനിധി: ''കൂടുതൽ ശക്തമായ നടപടികളെടുക്കണമെന്ന് ഞാൻ ആഗ്രഹിച്ചിരുന്നു; എന്നാൽ നമുക്ക് കഴിയുന്ന കാര്യങ്ങളെല്ലാം ചെയ്യാൻ കഴിയുമോയെന്ന് ഞാൻ ആശങ്കപ്പെട്ടിരുന്നു".

അവതാരക: ''2005 ൽ അമേരിക്കൻ ഗവൺമെന്റ് മോദിക്ക് നൽകിയ വിസ ഔദ്യോഗികമായി റദ്ദ് ചെയ്തു; മതസ്വാതന്ത്ര്യം തടയുന്നതിന് ഉത്തരവാദികളായ അധികൃതർക്കെതിരെ നടപടിയെടുക്കാനുള്ള നിയമപ്രകാരമായിരുന്നു വിസ റദ്ദ് ചെയ്തത്. മോദിയെ അമേരിക്കയിൽ കടക്കുന്നതിൽ നിന്ന് വിലക്കി; ബ്രിട്ടനിൽ പ്രവേശനം നിഷേധിച്ചു; അന്താരാഷ്ട്രവേദികളിൽ മോദി സമൂഹഭ്രഷ്ടനാക്കപ്പെട്ടു."

ഗുജറാത്ത്, 2007

ഗുജറാത്ത് 2007 എന്ന അക്ഷരങ്ങൾ സ്ക്രീനിൽ തെളിയുന്നു,

മോദിക്ക് വരവേൽപ്പ് നൽകുന്ന ഗുജറാത്തുകാരുടെ ദൃശ്യങ്ങൾ സ്ക്രീനിൽ.

അവതാരക: "2007ൽ ഒരു റിപ്പോർട്ടർ (തെഹൽക) ഹിന്ദു തീവ്രവാദിയായി വേഷം മാറി ഗുജറാത്തിലേക്ക് പോയി, കലാപകാലത്ത് അവിടെ എന്തെല്ലാം നടന്നുവെന്നറിയാനായിരുന്നു അത്. അദ്ദേഹം കൊലയാളികളിൽ ഒരാളെ ഒളിക്യാമറയിൽ ചിത്രീകരിച്ചു. അയാൾ കലാപത്തിൽ വഹിച്ച പങ്കിനെക്കുറിച്ച് തുറന്നുപറഞ്ഞു. ബാബു ബജ്റംഗി എന്നായിരുന്നു അയാളുടെ പേര്. ഇയാൾ ഒരാൾക്കൂട്ടത്തെ നയിച്ച് അക്രമങ്ങൾ നടത്തിയിരുന്നു. നൂറോളം പേരെ ഈ സംഘം കൊലപ്പെടുത്തി."

റിപ്പോർട്ടർ ഒളിക്യാമറയിൽ പകർത്തിയ ബജ്റംഗിയുമായുള്ള സംഭാഷണം സ്ക്രീനിൽ. ബജ്റംഗിയുടെ വാക്കുകൾ:

"ഒരു ഗർഭിണിയെ വയറുകീറി ഭ്രൂണം പുറത്തെടുത്തു. എന്താണ് സംഭവിക്കാൻ പോകുന്നതെന്ന് അവരെ ഒന്ന് ബോധ്യപ്പെടുത്തണമായിരുന്നു.ഞങ്ങളെ കൊന്നാൽ നിങ്ങൾക്ക് ഇതായിരിക്കും അനുഭവം. ഇതെല്ലാം ഇന്നും ഞാൻ പറയും. ഇവിടെ തടിച്ചുകൊഴുക്കാൻ ഞാന വരെ അനുവദിക്കില്ല. കുട്ടികളെയും സ്ത്രീകളെയും പുരുഷന്മാരെയുമെല്ലാം ഞങ്ങൾ കൊന്നു. അതെ, എല്ലാത്തിനെയും! കൊല്ലുക, തലയറുക്കുക, ചുട്ടെരിക്കുക!''.

"മുസ്ലീങ്ങളെ കൊന്നപ്പോൾ എന്താണ് നിങ്ങൾക്ക് തോന്നിയത്?"

ബജ്റംഗി: "ഞാൻ ശരിക്കും അതാസ്വദിച്ചു. ഞങ്ങൾ അവരെ കൊന്നു, ശാന്തമായി വീട്ടിലെത്തി. സ്വസ്ഥതയോടെ നന്നായി ഉറങ്ങി."

അവതാരക: "ബാബു ബജ്റംഗി റിപ്പോർട്ടറുമായുള്ള സംസാരത്തിനിടെ, അസാധാരണമായ ഒരു വെളിപ്പെടുത്തൽ നടത്തി. അതായത് കൂട്ടക്കൊലകൾ നടന്ന് മാസങ്ങൾക്കുശേഷം അയാൾ അറസ്റ്റ് ചെയ്യപ്പെട്ടപ്പോൾ ജഡ്ജിയെ സ്ഥലംമാറ്റിക്കൊണ്ട് തനിക്ക് ജയിൽമോചനം ലഭിക്കാൻ മോദി സഹായിച്ചുവെന്നാണ് ബാബു ബജ്റംഗി റിപ്പോർട്ടറോട് പറഞ്ഞത്.

സ്ക്രീനിൽ തലപ്പാവണിഞ്ഞ് ഇരുമുഷ്ടികളും ചുരുട്ടി മൈക്കിനു മുന്നിൽനിന്ന് അനുയായികളോട് പ്രസംഗിക്കുന്ന മോദിയുടെ ദൃശ്യം.

ബജ്റംഗിയുടെ വെളിപ്പെടുത്തൽ:

''നരേന്ദ്രഭായി എനിക്കൊരു സന്ദേശമയച്ചു; അതിന്റെ ഉള്ളടക്കം ഇങ്ങനെയായിരുന്നു:

''കാത്തിരിക്കുക, ഞാൻ എന്തെങ്കിലും ചെയ്യാം, സമയം ഇപ്പോൾ തന്നെ വൈകി".

''സ്ഥലം മാറിവന്ന ജഡ്ജിക്ക് മോദി ഒരു സന്ദേശമയച്ചതോടെ കേസ് ഫയൽ തുറന്നു നോക്കുകപോലും ചെയ്യാതെ ഞങ്ങളെയെല്ലാം വിട്ടയച്ചു."

വീണ്ടും അവതാരക: ''പിന്നീട് 2012 ൽ ഇതിനെക്കുറിച്ച് തർക്കമുയർന്നപ്പോൾ ബജ്റംഗി ഇതെല്ലാം മാറ്റിപ്പറഞ്ഞു, പ്രത്യേകിച്ചും മോദി ജാമ്യം നൽകാൻ കേസിൽ ഇടപെട്ട കാര്യം, റിപ്പോർട്ടറോട് താൻ പറഞ്ഞത് സാങ്കൽപികമായ ഒരു കഥയാണെന്ന് ബജ്റംഗി തിരുത്തി. റിപ്പോർട്ടർ റിക്കാർഡ് ചെയ്ത കാര്യങ്ങളൊന്നും ശരിയല്ലെന്നും താഴെ തലത്തിലുള്ള തന്നത്താൻ പൊക്കിപ്പറയുന്ന പ്രവർത്തകരുടെ വാക്കുകളാണ് അതിലുള്ളതെന്നും അവയെല്ലാം അതിശയോക്തിയാണെന്നുമാണ് മോദി പിന്നീട് പ്രതികരിച്ചത്. 2012 ൽ ബജ്റംഗിയെ വീണ്ടും കൊലപാതകക്കേസിൽ ജയിലിലടച്ചു."

പ്രാദേശിക ബി ജെ പി നേതാവായ ഹരേഷ് ഭട്ടുമായി നടത്തിയ അഭിമുഖം സ്ക്രീനിൽ.

ജേണലിസ്റ്റ്: പറയൂ, ഗോധ്ര സംഭവമുണ്ടായ ദിവസം മോദിയുടെ പ്രതികരണമെന്തായിരുന്നു?

ഹരേഷ് ഭട്ട്: "അത് അനുകൂലമായിരുന്നു. പക്ഷേ ഞാൻ അതിനെക്കുറിച്ച് ഒന്നും പറയില്ല. അദ്ദേഹം ചെയ്തതൊന്നും ഇതിനുമുൻപൊരു മുഖ്യമന്ത്രിയും ചെയ്തിട്ടില്ല എന്നും ഞാൻ കരുതുന്നു".

ജേണലിസ്റ്റ്: "ഒരിടത്തും ഞാൻ ഇതിനെക്കുറിച്ച് താങ്കളെ ഉദ്ധരിച്ച് ഒരു കാര്യവും പറയില്ല".

യൂസഫ് ദാവൂദ്

ഹരേഷ് ഭട്ട്: ''അദ്ദേഹം ഞങ്ങൾക്ക് മൂന്നു ദിവസം തന്നു. 'നിങ്ങൾക്കിഷ്ടമുള്ളതെല്ലാം അതിനകത്ത് ചെയ്യുക. മൂന്ന് ദിവസത്തിനു ശേഷം, ഞാനെല്ലാം അവസാനിപ്പിക്കും.' അദ്ദേഹമിത് പരസ്യമായി ത്തന്നെയാണ് പറഞ്ഞത്. മൂന്ന് ദിവസത്തിനുശേഷം എല്ലാം നിർത്താൻ അദ്ദേഹം ഞങ്ങളോട് പറഞ്ഞു. ഞങ്ങൾ എല്ലാം അവസാനിപ്പിക്കുകയും ചെയ്തു."

അവതാരക: "ഹരേഷ് ഭട്ട് പിന്നീട് ഈ പറഞ്ഞതെല്ലാം നിഷേധിച്ചു. താനൊരു കഥ ചമച്ചതായിരുന്നു എന്ന് ഭട്ട് പറഞ്ഞു."

ഇപ്പോൾ സ്ക്രീനിൽ സ്വപൻ ദാസ് ഗുപ്തയാണ്. അയാൾ പറയുന്നു: "താഴെ തലങ്ങളിലുള്ള ഈ പ്രവർത്തകർ തങ്ങളുടെ മേന്മയും പ്രാധാന്യവും ഉയർത്തിപ്പിടിക്കാൻവേണ്ടി അതിശയോക്തി നിറഞ്ഞ ചില കഥകൾ പറഞ്ഞതാണിതെല്ലാം."

അവതാരക: "എന്നാൽ കലാപത്തെക്കുറിച്ച് പുതിയൊരു അന്വേഷണം നടത്താനുള്ള സമ്മർദ്ദം ശക്തിപ്പെടുകയായിരുന്നു".

ഗുജറാത്തിന്റെ ആകാശത്തിലൂടെ ഒരു ഹെലികോപ്റ്റർ വട്ടമിട്ട് പറക്കുന്ന ദൃശ്യം. അക്ഷരങ്ങൾ തെളിയുന്നു.

ഗുജറാത്ത്, 2011

'വൈബ്രന്റ് ഗുജറാത്ത്' എന്ന ഗുജറാത്ത് ഗവൺമെന്റിന്റെ പരിപാടിക്ക് പതാകയുയർത്തുന്ന മോദിയുടെ ദൃശ്യം.

അവതാരക : 2011 ആരംഭത്തോടെ, കഴിഞ്ഞ 10 വർഷത്തോളം നീണ്ടുനിന്ന വിവാദങ്ങൾ കെട്ടടങ്ങിയിട്ടില്ലാതിരിക്കെത്തന്നെ ചിലരെല്ലാം മോദിയെ കൂടുതൽ ഉയർന്ന തലത്തിലേക്കുയർത്താൻ, ഇന്ത്യയുടെ അടുത്ത പ്രധാനമന്ത്രിയാക്കുന്ന കാര്യം ചിന്തിക്കാൻ തുടങ്ങി".

ക്രിസ്റ്റഫെ ജാഫ്രലോ: "വളരെ നേരത്തേതന്നെ നരേന്ദ്രമോദി താനൊരു ദേശീയ നേതാവാണെന്ന നിലയിൽ ചിന്തിക്കുകയും ദേശീയ രാഷ്ട്രീയത്തിൽ ഇടപെടാനാരംഭിക്കുകയും ചെയ്തു".

പത്രക്കാരോട് പ്രതികരിക്കുന്ന നരേന്ദ്രമോദിയുടെ ദൃശ്യം സ്ക്രീനിൽ.

മോദി : "ഞാൻ ഭാരതപുത്രനാണ്. ഭാരതത്തിന്റെ അഭിമാനവുമായും

പ്രശസ്തിയുമായും ഞാൻ ബന്ധപ്പെട്ടിരിക്കുന്നു".

സ്ക്രീനിൽ ഹർദോഷ് സിങ് ബാൽ. അദ്ദേഹം സംസാരിക്കുന്നു: "ദേശീയ രംഗത്തേക്ക് കടന്നുവരാൻ കഴിയുന്ന ഒരു പ്രവർത്തന പന്ഥാവിൽ മോദി എത്തിയിരിക്കുന്നു എന്ന് അതിനകം തന്നെ വ്യക്തമായി".

കലാപത്തിന്റെ ദൃശ്യം; ഭ്രാന്തമായ അക്രമമഴിച്ചുവിടുന്ന കലാപകാരികൾ.

അവതാരക: "എന്നാൽ മോദിക്ക് തടസ്സമായി ഒരു പ്രശ്നം ഉയർന്നുവന്നു. ഇന്ത്യയുടെ സുപ്രീംകോടതി ഗുജറാത്ത് കലാപത്തെക്കുറിച്ച് സമഗ്രവും വ്യാപകവുമായൊരു അന്വേഷണത്തിന് ഉത്തരവിട്ടു. അതിനായി ഒരു പ്രത്യേക അന്വേഷണ സംഘത്തെ (എസ് ഐ ടി) നിയോഗിച്ചു. മുൻ എം പി ഇഹ്സാൻ ജാഫ്രിയുടെ കുടുംബത്തെ കൂട്ടക്കൊല ചെയ്തത് സംബന്ധിച്ച് ഉയർന്നുവന്ന ആരോപണം മോദിക്കെതിരായി ഉന്നയിക്കപ്പെട്ടിരുന്നു. മോദി നടത്തിയ ഈ ഗൂഢാലോചനയാണ് സംസ്ഥാനത്തെ അരാജകത്വത്തിലേക്കും അക്രമത്തിലേക്കും തള്ളിവിട്ടത് എന്ന ആരോപണത്തെക്കുറിച്ചും അന്വേഷിക്കാൻ സുപ്രീംകോടതി തീരുമാനിച്ചു. ഭൂതകാലത്തിന്റെ പ്രേതങ്ങൾ മോദിയെ വിടാതെ പിന്തുടരുന്നു. ഗുജറാത്തിലെ കലാപവുമായി ബന്ധപ്പെട്ടുനടന്ന കൂട്ടക്കൊലപാതകങ്ങളിൽ അദ്ദേഹത്തിന്റെ ഗവൺമെന്റ് വഹിച്ച പങ്കിനെക്കുറിച്ച് മോദിയെ 9 മണിക്കൂറോളം എസ് ഐ ടി 2010 ൽ ചോദ്യം ചെയ്തു. മോദിയുടെ പ്രതിച്ഛായയിൽ പതിച്ച കറുത്ത പാടായി അത് അവശേഷിക്കുന്നു."

ഹർദോഷ് സിങ് ബാൽ: "പ്രത്യേക അന്വേഷക സംഘത്തിന് നൽകപ്പെട്ട നിർദ്ദേശം ക്രിമിനൽ ഗൂഢാലോചന നടന്നോ ഇല്ലയോ എന്ന് പരിശോധിക്കുന്നതുൾപ്പെടെയുള്ള സമഗ്രമായ അന്വേഷണം നടത്താനാണ്. ഈ ഗൂഢാലോചന തെളിയിക്കാൻ ശക്തമായ തെളിവുകളുടെ ആവശ്യമുണ്ട്."

ഇന്ത്യയുടെ ചരിത്രത്തിലാദ്യമായി, അധികാരത്തിലുള്ളൊരു മുഖ്യമന്ത്രിക്ക്, തന്റെ ഗവൺമെന്റ് ഗോധ്ര സംഭവത്തിനുശേഷം ഗുജറാത്തിൽ നടന്ന സംഭവങ്ങളിൽ നടത്തിയ ക്രിമിനൽ ഗൂഢാലോചന സംബന്ധിച്ച ചോദ്യം ചെയ്യലിനിരുന്നുകൊടുക്കേണ്ടിവന്നത് മോദിക്കാണ് എന്ന് എൻ ഡി ടി വി റിപ്പോർട്ടർ റിപ്പോർട്ടു ചെയ്യുന്ന പഴയ ദൃശ്യം സ്ക്രീനിൽ.

നിലഞ്ജൻ മുഖോപാധ്യായ സംസാരിക്കുന്നു: ''തീർച്ചയായും ഈ അന്വേഷണം മോദിയെ ആശങ്കപ്പെടുത്തി. പ്രത്യേകിച്ചും, അദ്ദേഹത്തിന്റെ രാഷ്ട്രീയ ഭാവിക്ക് വലിയ വെല്ലുവിളിയായി മാറാനിടയുള്ള ആരോപണങ്ങളെ സംബന്ധിച്ച അന്വേഷണം".

സ്ക്രീനിൽ മുൻ ഗുജറാത്ത് പൊലീസ് ഇന്റലിജൻസ് മേധാവിയായ ആർ ബി ശ്രീകുമാറിന്റെ ചിത്രം. അവതാരകയുടെ വാക്കുകളാണ് കേൾക്കുന്നത്,

അവർ പറയുന്നു: "ഒരു പ്രധാന സാക്ഷിയായ ആർ ബി ശ്രീകുമാർ എസ് ഐ ടിക്കുമുന്നിൽ മൊഴി കൊടുക്കുന്നു എന്നതുതന്നെ മോദിയുടെ രാഷ്ട്രീയ ഭാവിയെ സംബന്ധിച്ച് വെല്ലുവിളി ഉയർത്തുന്നതാണ്. ഗോധ്ര സംഭവത്തിന്റെ അന്നു രാത്രി തങ്ങളുടെ രോഷം തീർക്കാൻ ഹിന്ദുക്കളെ അനുവദിക്കണമെന്ന് പൊലീസുദ്യോഗസ്ഥർക്ക് മോദി നിർദ്ദേശം നൽകിയിരുന്നുവെന്ന് ഗുജറാത്ത് പൊലീസ് മേധാവി തന്നോട് പറഞ്ഞതായാണ് ആർ ബി ശ്രീകുമാർ അവകാശപ്പെട്ടത്. എന്നാൽ പൊലീസ് മേധാവി അത് നിഷേധിച്ചു."

ഹർദോഷ് സിങ് ബാൽ: "ശ്രീകുമാറിന്റെ സാക്ഷിമൊഴി ഒഴിവാക്കിയാൽ മോദിക്കെതിരായ കേസ് ദുർബലമാകുമായിരുന്നു. ആ അർത്ഥത്തിൽ ശ്രീകുമാർ ഈ കേസിലെ കേന്ദ്ര കഥാപാത്രമാകുന്നു."

സ്ക്രീനിൽ സഞ്ജീവ് ഭട്ടിന്റെ ദൃശ്യം. ഗുജറാത്ത് പൊലീസിലെ സീനിയർ ഐ പി എസ് ഉദ്യോഗസ്ഥനായിരുന്നു സഞ്ജീവ് ഭട്ട്.

അവതാരക: "മോദിക്കെതിരെ മൊഴി കൊടുത്ത മറ്റൊരു സീനിയർ പൊലീസ് ഓഫീസറാണ് സഞ്ജീവ് ഭട്ട്."

എൻ ഡി ടി വിയിലെ വാർത്തയിൽ റിപ്പോർട്ടർ: "അദ്ദേഹം സുപ്രീം കോടതിയിൽ സമർപ്പിച്ച സത്യവാങ്മൂലത്തിൽ പറയുന്നത്, ഗോധ്ര സംഭവം നടന്ന രാത്രിയിൽ മോദിയുടെ അധ്യക്ഷതയിൽ ചേർന്ന ക്രമസമാധാനപാലനവുമായി ബന്ധപ്പെട്ട യോഗത്തിൽ താനും സന്നിഹിതനായിരുന്നു എന്നാണ്".

പത്രങ്ങളോട് സംസാരിക്കുന്ന സഞ്ജീവ് ഭട്ടിന്റെ ദൃശ്യം സ്ക്രീനിൽ. അദ്ദേഹം പറയുന്നു:

"ഞാൻ പറഞ്ഞതെല്ലാം സത്യമാണ്. എനിക്കറിയാവുന്ന സത്യമെല്ലാം രാജ്യത്തെ ഉന്നതനീതിപീഠത്തിനുമുമ്പാകെ സമർപ്പിച്ച സത്യവാങ്മൂലത്തിൽ ഞാൻ പറഞ്ഞിട്ടുണ്ട്''.

സഞ്ജീവ് ഭട്ടിന്റെ മകൾ ഡോ. ആകാശി ഭട്ട് സ്ക്രീനിൽ.

അവർ പറയുന്നു:

''എസ് ഐ ടിക്കുമുന്നിൽ വെളിപ്പെടുത്തുന്നതിനുമുമ്പ് എന്റെ പിതാവ് പ്രസ്താവിച്ചത്, കൺട്രോൾ റൂമിൽനിന്ന് തന്നെ ബന്ധപ്പെട്ടിരുന്നു എന്നും മുഖ്യമന്ത്രിയുടെ വസതിയിൽവെച്ച് ഒരു അനൗദ്യോഗിക യോഗം ചേരുകയാണെന്നും അതിൽ അദ്ദേഹത്തിന്റെ സാന്നിധ്യമുണ്ടാവണമെന്നും അറിയിച്ചതായാണ്. ഹിന്ദുക്കൾക്കിടയിൽ വലിയ വൈകാരികത നിലനിൽക്കുകയാണെന്നും അവരുടെ രോഷം പ്രകടിപ്പിക്കാൻ ഹിന്ദുക്കളെ അനുവദിക്കണമെന്നും പറഞ്ഞാണ് നരേന്ദ്രമോദി യോഗം അവസാനിപ്പിച്ചത്.''

അവതാരക: "മോദിയെ പ്രോസിക്യൂട്ട് ചെയ്യാൻ വേണ്ടത്ര തെളിവുകളുണ്ടെന്ന് സുപ്രീംകോടതിയിൽ സ്വതന്ത്ര ഉപദേഷ്ടാവ് വാദിച്ചു."

ഹർദോഷ് സിങ് ബാൽ: "പ്രമുഖനായ ഒരഭിഭാഷകനാണ് സുപ്രീം കോടതിയിൽ ഇത് പറഞ്ഞത്. എന്താണ് സംഭവിച്ചത് എന്നതിനെക്കുറിച്ച് അദ്ദേഹം തന്റേതായ നിഗമനങ്ങളിലെത്തിച്ചേർന്നിരുന്നു. ആ നിഗമനങ്ങൾ പരിഗണിക്കപ്പെടേണ്ടതാണെന്ന് ഞാൻ കരുതുന്നു."

സ്ക്രീനിൽ എൻ ഡി ടി വി വാർത്ത: മോദിക്ക് ആശ്വാസം നൽകുന്ന നിലപാടിൽ സുപ്രീംകോടതി. സുപ്രീംകോടതി കലാപത്തെക്കുറിച്ചന്വേഷിക്കാൻ ഒരു പാനലിനെ നിയോഗിച്ചു. കലാപകാരികൾക്ക് യഥേഷ്ടം വിഹരിക്കാൻ അവസരമൊരുക്കണമെന്ന് മുഖ്യമന്ത്രി മോദി നിർദ്ദേശം നൽകിയെന്ന ആരോപണം തെളിയിക്കാൻ പരാതിക്കാരിയായ സാക്കിയ ജാഫ്രിക്ക് കഴിഞ്ഞില്ലായെന്നും സുപ്രീംകോടതി.

അവതാരക: "മൂന്നുവർഷത്തിനുശേഷം എസ് ഐ ടി മോദിക്കെതിരായ ആരോപണങ്ങൾ തള്ളിക്കളഞ്ഞു. ആർ ബി ശ്രീകുമാറിന്റെ മൊഴി കേട്ടുകേൾവിയെ അടിസ്ഥാനപ്പെടുത്തിയാണെന്നും സഞ്ജീവ് ഭട്ടിന്റെ വിവരണം വിശ്വസനീയമല്ലെന്നും എസ് ഐ ടി സുപ്രീംകോടതിയെ അറിയിച്ചു. മോദി അങ്ങനെ നിർദ്ദേശം കൊടുത്തതായി തെളിയിക്കാനും കഴിഞ്ഞിട്ടില്ല."

ഹർദോഷ് സിങ് ബാൽ: "മോദിക്കെതിരെ തെളിവില്ലെന്നു മാത്രമേ എസ് ഐ ടി പറഞ്ഞിട്ടുള്ളു, അതിനാൽ ഇനിയെന്ത് എന്ന പ്രശ്നം മോദിയുടെ മുന്നിലുണ്ട് എന്നാണ് നിയമവിദഗ്ധർ പറയുന്നത്."

അവതാരക: അതുകൊണ്ട് ഇതു സംബന്ധിച്ച ചർച്ച ഈ വിധിയോടെ അവസാനിക്കുന്നില്ല.

ക്രിസ്റ്റഫെ ജാഫ്രലോ (സ്ക്രീനിൽ): "ഇൻവെസ്റ്റിഗേഷൻ ടീമിന് പല പല കാരണങ്ങളാൽ എന്താണ് സംഭവിച്ചതെന്ന് കണ്ടെത്താൻ കഴിഞ്ഞിട്ടില്ല. അവർ പ്രധാനമായും ആശ്രയിച്ചത് ഗുജറാത്ത് പൊലീസിനെ തന്നെയാണ്".

ഹർദോഷ് സിങ് ബാൽ : "ഗുജറാത്ത് പൊലീസ് സേനയുടെ നിലപാടിൽനിന്നാണ് ഈ അന്വേഷണത്തിന്റെ ഭൂരിഭാഗവും നടത്തിയത്".

ക്രിസ്റ്റഫെ ജാഫ്രലോ: "എസ് ഐ ടി റിപ്പോർട്ട് യഥാർത്ഥത്തിൽ വളരെയധികം ഉപരിപ്ലവമാണ്. ഈ വംശഹത്യ നടന്നതെങ്ങനെയെന്ന് അത് വിശദീകരിക്കുന്നതേയില്ല. ഈ നിർദ്ദേശം പൊലീസിന് നൽകിയ ഉന്നത നേതാക്കളുടെ പങ്ക് എസ് ഐ ടി ചുരുക്കിക്കാണുകയാണ്."

ഹർദോഷ് സിങ് ബാൽ: "നിയമത്തിൽ ക്രിമിനൽ ഗൂഢാലോചന നടന്നതായി സ്ഥാപിക്കാൻ അത്ര എളുപ്പമല്ല. അതുകൊണ്ടായിരിക്കണം ക്രിമിനൽ ഗൂഢാലോചനകളൊന്നും നടന്നില്ല എന്ന നിഗമനത്തിൽ എസ് ഐ ടി എത്തിയത്. 2002 ലെ കലാപത്തെക്കുറിച്ചുള്ള ഇപ്പോഴും നിലനിൽക്കുന്ന പ്രധാനപ്പെട്ട ചോദ്യങ്ങൾക്ക് മറുപടി കണ്ടെത്തുവാൻ എസ് ഐ ടി ശ്രമിച്ചിട്ടില്ല എന്നത് പോരായ്മ തന്നെയാണ്".

സ്ക്രീനിൽ സ്വപൻ ദാസ് ഗുപ്ത: "ശരിയാണ്, ചില ആളുകൾ ഒരു പ്രത്യേക യോഗം ചേർന്നതായി പറയുമ്പോൾ മറ്റു ചിലർ പറയുന്നത് നരേന്ദ്രമോദിയെ രാഷ്ട്രീയമായി നശിപ്പിക്കുകയെന്നതാണ് അത്തരക്കാരുടെ അജൻഡ എന്നാണ്. അവരുടെ അജൻഡ വ്യക്തമായും രാഷ്ട്രീയം തന്നെയാണ്. മുസ്ലീം ഇരകളോട് അവർക്കെന്തെങ്കിലും പ്രതിബദ്ധതയുള്ളതായി ഞാൻ കരുതുന്നില്ല. ഇക്കൂട്ടത്തിൽ ചില മാധ്യമ പ്രവർത്തകരുണ്ട്, ചില എൻ ജി ഒകളുമുണ്ട്. എസ് ഐ ടിയുടെ കണ്ടെത്തലുകൾ ആത്യന്തികമായി മോദിയെ കുറ്റവിമുക്തനാക്കിയിരിക്കുകയാണ് എന്നാണ് ഞാൻ കരുതുന്നത്".

ഡോ. സ്വദേശ് ഗുപ്ത: "എസ് ഐ ടി നരേന്ദ്രമോദിക്ക് നൽകിയത് ക്ലീൻ ചിറ്റ് തന്നെയാണ്. നമ്മുടെ സ്ഥാപനങ്ങളിലും നമ്മുടെ സംവിധാനങ്ങളിലും നമുക്ക് വിശ്വാസമുണ്ടായേ പറ്റൂ. എവിടെയെങ്കിലുമൊരിടത്ത് നമ്മൾ ഫുൾസ്റ്റോപ്പിടണം. എന്നിട്ട് മുന്നോട്ടുപോകണം."

റിപ്പോർട്ടർ: "പ്രധാനമന്ത്രി സ്ഥാനത്തേക്ക് മോദിക്ക് വഴിയൊരുക്കുന്നതായിരുന്നു ഈ വിധി; യാത്രാവിലക്കുകൾ നീക്കം ചെയ്യപ്പെട്ടു; പാശ്ചാത്യ രാജ്യങ്ങളുമായുള്ള നയതന്ത്രബന്ധങ്ങൾ പുനഃസ്ഥാപിക്കപ്പെട്ടു."

(സംഘപരിവാർ പ്രവർത്തകരുടെ വിജയാഹ്ലാദപ്രകടനം സ്ക്രീനിൽ)

നിലഞ്ജൻ മുഖോപാധ്യായ: "മോദി അടുത്ത പ്രധാനമന്ത്രിയാകാൻ പോകുകയാണെന്നുള്ള കാര്യത്തിൽ എനിക്കൊരു സംശയവുമില്ല."

റിപ്പോർട്ടർ: തിരഞ്ഞെടുപ്പിൽ തകർപ്പൻ വിജയംനേടി പ്രധാനമന്ത്രിയായി ചുമതലയേൽക്കാൻ മോദിയുടെ ഡൽഹിയിലേക്കുള്ള യാത്ര. ഇന്ത്യക്കിനി നല്ല ദിവസങ്ങളാണെന്നുള്ള അദ്ദേഹത്തിന്റെ വാഗ്ദാനം (ദൃശ്യം സ്ക്രീനിൽ).

എ ബി പി ന്യൂസ് വാർത്ത സ്ക്രീനിൽ. മുൻ ഗുജറാത്ത് പൊലീസുദ്യോഗസ്ഥൻ സഞ്ജീവ് ഭട്ടിന് ജാംനഗർ കോടതി ജീവപര്യന്തം തടവുശിക്ഷ വിധിച്ചു എന്ന് റിപ്പോർട്ട് ചെയ്യുന്നു.

അവതാരക: ''സഞ്ജീവ് ഭട്ടിനെ മുപ്പതുവർഷത്തേക്ക് തുറുങ്കിലടച്ചു. അദ്ദേഹത്തിന്റെ കുടുംബാംഗങ്ങൾ അദ്ദേഹം നിരപരാധിയാണെന്ന് ആവർത്തിക്കുന്നു. അദ്ദേഹത്തിന്റെ വിചാരണ നീതിപൂർവകമായിരുന്നില്ലായെന്ന് പലരും അഭിപ്രായപ്പെടുന്നു''.

അദ്ദേഹത്തിന്റെ മകൾ ആകാശി ഭട്ട് പിതാവിന്റെ ചിത്രം നോക്കി കണ്ണീരോടെ നിൽക്കുന്ന ദൃശ്യം സ്ക്രീനിൽ.

ആകാശി ഭട്ട് പറയുന്നു: ''എന്റെ പിതാവിന്റെ ശബ്ദം കേൾക്കാതിരിക്കാൻ ഗവൺമെന്റ് ഏതറ്റംവരെയും പോകും. 2002ലെ വംശഹത്യയിൽ നരേന്ദ്രമോദിയുടെ പങ്ക് കൃത്യമായി പറയാൻ കഴിയുന്ന ഒരേയൊരു

സാക്ഷി അദ്ദേഹമാണ്.''

അവതാരക: അതേസമയം ദാവൂദ് കുടുംബത്തെ കൂട്ടക്കൊല ചെയ്തവരിൽ ആരും തന്നെ ശിക്ഷിക്കപ്പെട്ടില്ല".

സ്ക്രീനിൽ ഇമ്രാൻ ദാവൂദ്. അദ്ദേഹം വേദനയോടെ സംസാരിക്കുന്നു:

"ഇപ്പോഴും രോഷത്തിലാണ്, നിരാശയിലുമാണ്. ഈ രാജ്യത്ത് നീതി നടക്കില്ല എന്നും തോന്നുന്നു".

ഇഹ്സാൻ ജാഫ്രിയുടെയും ആർ ബി ശ്രീകുമാറിന്റെയും സഞ്ജീവ് ഭട്ടിന്റെയും ചിത്രം സ്ക്രീനിൽ.

അവതാരക: "ഇഹ്സാൻ ജാഫ്രിയുടെ വിധവ എസ് ഐ ടിയുടെ കണ്ടെത്തലുകളെ കോടതിയിൽ ചോദ്യം ചെയ്തു. 2022 ജൂണിൽ ഇന്ത്യയുടെ സുപ്രീംകോടതി ഗൂഢാലോചനയൊന്നും നടന്നിട്ടില്ലായെന്ന എസ് ഐ ടി കണ്ടെത്തൽ ശരിയാണെന്ന് വിധിച്ചു. സഞ്ജീവ് ഭട്ടിന്റെയും ആർ ബി ശ്രീകുമാറിന്റെയും സാക്ഷിമൊഴികൾ അബദ്ധങ്ങൾ നിറഞ്ഞതാണെന്ന് കോടതി വിധിച്ചു. നിയമപ്രക്രിയയെ ദുരുപയോഗം ചെയ്യുന്നവരെയെല്ലാം നിയമനടപടിക്ക് വിധേയമാക്കണമെന്നും കോടതി വിധിച്ചു. ഈ വിധി പുറത്തുവന്ന ഉടൻതന്നെ മോദിയുടെ അടുത്ത രാഷ്ട്രീയ സുഹൃത്ത് അമിത്ഷാ കേസിനെ സംബന്ധിച്ച് പത്രങ്ങളോട് സംസാരിച്ചു".

അമിത് ഷായുമായി ഒരു മാധ്യമപ്രവർത്തക നടത്തുന്ന അഭിമുഖം.

അമിത്ഷായുടെ വാക്കുകൾ: "കലാപം തടയുന്നതിന് സാധ്യമായതെല്ലാം ഗവൺമെന്റ് ചെയ്തുവെന്ന് ഇന്ന് കോടതി വ്യക്തമാക്കിയിരിക്കുന്നു. ഈ നീണ്ട പോരാട്ടം ക്ഷമയോടുകൂടിയാണ് മോദി നടത്തിയത്. എല്ലാ വേദനയും കടിച്ചമർത്തി അദ്ദേഹം പൊരുതി. ഇന്ന് ഉദിച്ചുയരുന്ന സൂര്യനെപ്പോലെ സത്യം തെളിഞ്ഞിരിക്കുന്നു. മോദി വിജയം വരിച്ച് മുന്നോട്ടുവന്നിരിക്കുന്നു."

അവതാരക: "പൊലീസ് പ്രമുഖ മനുഷ്യാവകാശ പ്രവർത്തകനായ ആർ ബി ശ്രീകുമാറിനെ അറസ്റ്റുചെയ്തു. അദ്ദേഹമാണ് സാക്കിയ ജാഫ്രിയെ കേസ് നടത്താൻ സഹായിച്ചത്. സഞ്ജീവ് ഭട്ട് അതിനകം തന്നെ ജയിലിലാണ്. ഇവർ മൂന്നുപേരും ആണ് കൃത്രിമ തെളിവുണ്ടാക്കി എന്ന കേസിലെ പ്രതികൾ. ഗുജറാത്ത് കലാപം കഴിഞ്ഞ് 20 വർഷം പിന്നിട്ടിരിക്കുന്നു. ഇപ്പോഴും അതുമായി ബന്ധപ്പെട്ട വിവാദങ്ങൾ അവസാനിച്ചിട്ടില്ല."

ബി ബി സി റിപ്പോർട്ടർ: ''ഈ അറസ്റ്റ് ചെയ്യപ്പെട്ടവരൊന്നുമല്ല ഈ റിപ്പോർട്ട് തയ്യാറാക്കാൻ വേണ്ട വിവരങ്ങൾ ഞങ്ങൾക്കു നൽകിയത്. ഞങ്ങളുടെ അന്വേഷണത്തിൽ കണ്ടെത്തിയത് 2002 ലെ ഗുജ

റാത്ത് കലാപത്തിൽ 2000 പേരെങ്കിലും കൊല്ലപ്പെട്ടു എന്നാണ്. വളരെ ആസൂത്രിതമായി സംഘടിപ്പിക്കപ്പെട്ടതാണ് ആ കലാപം എന്നതും വസ്തുതയാണ്. ഇപ്പോൾ മോദി അധികാരത്തിലാണ്. ചരിത്രം തിരുത്തിയെഴുതപ്പെടുകയാണ് എന്നാണെനിക്ക് തോന്നുന്നത് .''

സ്ക്രീനിൽ സ്വപൻ ദാസ് ഗുപ്ത: "സുപ്രീംകോടതി വിധിന്യായം നൽകിക്കഴിഞ്ഞു. അതോടെ പ്രശ്നം അവസാനിച്ചു. പ്രശ്നം അവസാനിപ്പിക്കേണ്ടതും ആവശ്യമാണ്."●

ബാബു ബജ്റംഗി

ഭാഗം രണ്ട്

ഝാർഖണ്ഡ് 2017

സ്ക്രീനിൽ ഝാർഖണ്ഡ് 2017 എന്ന് തെളിയുന്നു.

നരേന്ദ്രമോദി അധികാരത്തിൽ വന്ന് മൂന്ന് വർഷത്തിനുശേഷമുള്ള ഝാർഖണ്ഡിലെ ഒരു ഗ്രാമത്തിന്റെ ദൃശ്യം സ്ക്രീനിൽ. ഒരു വീട്ടിലേക്കാണ് ക്യാമറ നീങ്ങുന്നത്, അവിടെ ആ വീട്ടിൽ മധ്യവയസ്കയായൊരു മുസ്ലീം സ്ത്രീ. തന്റെ കയ്യിലുള്ള ഫോട്ടോ നോക്കി മാധ്യമപ്രവർത്തകയോട് സംസാരിക്കുകയാണവർ: ''എന്റെ ഭർത്താവ് ഒരു ഡ്രൈവറായിരുന്നു. ആളുകളോട് എപ്പോഴുമൊരു ചിരിയോടുകൂടിയാണ് അദ്ദേഹം സംസാരിച്ചിരുന്നത്. അന്ന് രാവിലെ 7 മണിക്ക് അദ്ദേഹം വീട്ടിൽ നിന്നു പോയി. ഞാൻ വാതിലോളംവരെചെന്ന് അദ്ദേഹത്തെ യാത്രയാക്കി.''

മറിയം അൻസാരിയെന്ന ആ സ്ത്രീ തന്റെ വീടിന്റെ ജനലഴികളിലൂടെ വിദൂരതയിലേക്ക് നോക്കിനിൽക്കുന്നു. അവരുടെ മുഖത്ത് വിഷാദച്ഛായ.

അവർ തുടരുന്നു: ''ചെറുപ്പക്കാരുടെ ഒരു കൂട്ടം വീടിനു പുറത്തുണ്ടായിരുന്നു. അവരെല്ലാംതന്നെ മൊബൈൽ ഫോണുകളിൽ വാട്സാപ്പ് നോക്കി നിൽക്കുകയായിരുന്നു. ഫോണിലേക്ക് നോക്കിയ ആ നിമിഷം എന്റെ ബോധം പോയി.''

ഇപ്പോൾ സ്ക്രീനിൽ വലിയൊരു ജനക്കൂട്ടത്തിന് നടുവിലിട്ട് കുറേയാളുകൾ ഒരു മനുഷ്യനെ തല്ലിച്ചതയ്ക്കുന്ന ദൃശ്യമാണ്. ചിലയാളുകൾ ആർത്തട്ടഹസിക്കുന്നുമുണ്ട്.

വീണ്ടും മറിയം അൻസാരി: ''ഒരു മണിക്കൂർ മുമ്പാണ് അദ്ദേഹം എന്നോട് യാത്ര പറഞ്ഞു പോയത്. എന്തുകൊണ്ടാണ് അദ്ദേഹത്തിന് ഇങ്ങനെ സംഭവിച്ചത്?"

തല്ലുകൊണ്ട ആ മനുഷ്യൻ തലയിൽ കൈവച്ചു നിലവിളിക്കുന്ന ദൃശ്യം സ്ക്രീനിൽ.

വീണ്ടും മറിയം അൻസാരി: ''ഒരുപാടാളുകൾ ഇത് നോക്കിനിൽക്കുന്നുണ്ടായിരുന്നു, ഒത്തിരിയാളുകൾ.''

വീണ്ടും അക്രമത്തിന്റെ ദൃശ്യങ്ങൾ സ്ക്രീനിൽ. ബി ബി സി അവതാരക പശ്ചാത്തലത്തിൽ.

അവരുടെ ശബ്ദം: ''മറിയത്തിന്റെ ഭർത്താവ് അലിമുദ്ദീൻ ഒരു മുസ്ലീമാണ്. അദ്ദേഹത്തെ ആക്രമിച്ചവർ ഹിന്ദുക്കളും".

വീണ്ടും മറിയം അൻസാരി തുടരുന്നു: ''പൊലീസുകാർ അദ്ദേഹത്തെ കൊണ്ടുപോയതായി എനിക്കറിയിപ്പ് കിട്ടി. അതുകൊണ്ട് ഞാൻ പൊലീസ് സ്റ്റേഷനിലേക്ക് പോയി.''

മറിയത്തിന്റെ മുഖം സ്ക്രീനിൽ തെളിഞ്ഞു കാണുന്നു. അവർ തുടരുന്നു: ''അവിടുണ്ടായിരുന്നൊരു പൊലീസ് ഓഫീസർ പറഞ്ഞത്, 'അയാളെ ഞങ്ങൾ ആശുപത്രിയിലേക്ക് കൊണ്ടുപോകുകയായിരുന്നു, എന്നാൽ ആശുപത്രിയിലേക്കുള്ള യാത്രാമദ്ധ്യേ അയാൾ മരിച്ചു' എന്നാണ്." അലിമുദ്ദീന്റെ ഫോട്ടോ വീണ്ടും സ്ക്രീനിൽ.

മറിയം തുടരുന്നു: ''ഞാൻ നിസ്സഹായയായിരുന്നു. മുസ്ലീങ്ങളായതുകൊണ്ടുമാത്രം അവർ ഞങ്ങളെ കൊല്ലുന്നു.''

ദുഃഖം, ഘനീഭവിച്ച മുഖഭാവത്തോടെ മരിച്ചുകിടക്കുന്ന തന്റെ പ്രിയ

തന്റെ ചിത്രം നോക്കിനിൽക്കുന്ന മറിയം അൻസാരി. കുടുംബ ആൽബത്തിലെ ചില താളുകളും സ്ക്രീനിൽ കാണാം.

ഇംഗ്ലണ്ടിലെ സെന്റ് ആൻഡ്രൂസ് സർവകലാശാലയിലെ ഇന്ത്യാകാര്യ വിദഗ്ധൻ ഡോ. ക്രിസ് ഓഗ്ഡെൻ സ്ക്രീനിൽ. അദ്ദേഹം സംസാരിക്കുകയാണ്: ''മോദി അധികാരത്തിൽ വരുന്നതിനുമുമ്പ് ഇന്ത്യയിൽ വർഗീയലഹളകൾ നടന്നിരുന്നു. ചിലപ്പോഴെല്ലാം മുസ്ലീങ്ങളും ഹിന്ദുക്കളും സിഖുകളും കൊല്ലപ്പെടുന്ന സംഭവങ്ങളുണ്ടായിരുന്നു. പക്ഷേ തീർച്ചയായും നമുക്ക് പറയാനാകും, 2014 നു ശേഷം (മോദി അധികാരത്തിൽ വന്നശേഷം) മുസ്ലീങ്ങൾക്കെതിരായ ആൾക്കൂട്ട ആക്രമണത്തിന്റെയും കൊലപാതകങ്ങളുടെയും എണ്ണം വർദ്ധിച്ചിരിക്കുകയാണ്.''

പശ്ചാത്തലത്തിൽ അവതാരക: ''മാട്ടിറച്ചി (ബീഫ്) വിൽപ്പന നടത്തി എന്നാരോപിച്ചാണ് അലിമുദ്ദീനെ അവർ ആക്രമിച്ചത്. നരേന്ദ്രമോദിയുടെ ഭരണകാലത്ത് വിവാദപരമായ ഇത്തരം ആക്രമണങ്ങൾ വർധിച്ചിരിക്കുകയാണ്. ഹിന്ദുക്കൾ പശുക്കളെ വിശുദ്ധമായി കാണുന്നു.''

എൻ ഡി ടി വിയിൽ വന്ന ഒരു വാർത്തയാണ് തുടർന്ന് സ്ക്രീനിൽ കാണുന്നത്. കുറേപ്പേർ ചേർന്ന് രണ്ട് മുസ്ലീം സ്ത്രീകളെ തല്ലിച്ചതയ്ക്കുന്നതാണ് വാർത്ത.

എൻ ഡി ടി വി റിപ്പോർട്ടറുടെ ശബ്ദമാണിപ്പോൾ കേൾക്കുന്നത്: ''ഹിന്ദു തീവ്രവാദ സംഘത്തിൽപ്പെട്ടവരെന്ന് പറയപ്പെടുന്നവർ രണ്ട് മുസ്ലീം സ്ത്രീകളെ തല്ലിച്ചതയ്ക്കുന്നതാണ് നിങ്ങൾ കാണുന്നത്. ഇവർ തീവണ്ടിയിൽ ബീഫ് വിൽക്കാനെത്തിയവരാണ് എന്നാരോപിച്ചായിരു

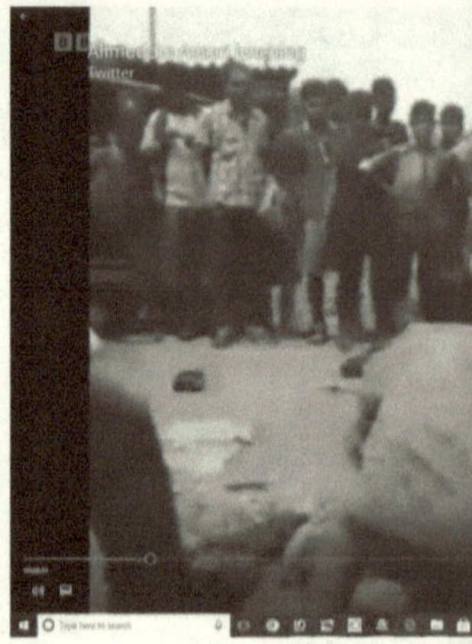

ന്നു മർദ്ദനം എന്നാണ് പൊലീസിനു കിട്ടിയ വിവരം.''

ഇപ്പോൾ മുഹമ്മദ് അഖ്ലാഖിന്റെ ചിത്രവും അദ്ദേഹത്തെ കൊലപ്പെടുത്തിയെന്ന വാർത്തയും എൻ ഡി ടി വിയിൽ.

റിപ്പോർട്ടർ: ''50 കാരനായ മുഹമ്മദ് അഖ്ലാഖിനെ വലിയൊരു ജനക്കൂട്ടം വീട്ടിൽനിന്ന് പുറത്തേക്ക് വലിച്ചിടുകയാണുണ്ടായത്; കുടുംബത്തിന്റെ മുന്നിലിട്ട് അദ്ദേഹത്തെ അവർ തല്ലിക്കൊന്നു.''

സ്ക്രീനിൽ ആകാർ പട്ടേൽ (ആംനെസ്റ്റി ഇന്റർനാഷണലിന്റെ ഇന്ത്യയിലെ ചെയർമാൻ) സംസാരിക്കുന്നു: ''ഇതെല്ലാം നടക്കുന്നത് പ്രധാനമന്ത്രി മോദിയുടെ വാക്കുകളുടെ തുടർച്ചയായാണ്".

ഏപ്രിൽ മാസത്തിൽ മോദി ഒരു പൊതുയോഗത്തിൽ പ്രസംഗിക്കുന്ന ദൃശ്യം സ്ക്രീനിൽ.

മോദി പറയുന്നു: ''ഇന്ത്യയിൽ ഒരു പിങ്ക് വിപ്ലവം നടക്കുകയാണ്. നമ്മുടെ ഗ്രാമങ്ങളാകെ നശിപ്പിക്കപ്പെട്ടുകൊണ്ടിരിക്കുകയാണ്; നമ്മുടെ കന്നുകാലികളാകെ ഇല്ലാതാക്കപ്പെടുകയാണ്.''

ആകാർ പട്ടേൽ തുടരുന്നു: ''മോദി പറയുന്നത്, പിങ്ക് വിപ്ലവത്തെക്കുറിച്ചാണ്. പിങ്ക് വിപ്ലവം എന്നതുകൊണ്ട് അർഥമാക്കുന്നത് മാട്ടിറച്ചി കയറ്റുമതിയാണ്. മോദിയുടെ പ്രസംഗത്തോടുള്ള പ്രതികരണമെന്ന നിലയിൽ ബി ജെ പി ഭരിക്കുന്ന രണ്ട് സംസ്ഥാനങ്ങൾ മാട്ടിറച്ചി കൈവശം വയ്ക്കുന്നത് നിരോധിച്ചു. അതിനുശേഷമാണ് അക്രമങ്ങൾ ആരംഭിച്ചത്.

അവതാരക: ''മൂന്നരവർഷത്തിനിടയിൽ പശു ജാഗ്രത സമിതിക്കാർ എന്ന പേരിൽ ഹിന്ദുത്വ തീവ്രവാദികൾ നടത്തിയ പശു സംരക്ഷണവുമായി ബന്ധപ്പെട്ട ആക്രമണങ്ങളിൽ 44 ആളുകൾ കൊല്ലപ്പെട്ടു; 280 ഓളം ആളുകൾക്ക് പരിക്കുപറ്റി. അധികവും മുസ്ലീങ്ങളാണ് കൊല്ലപ്പെട്ടത്, പരിക്കുപറ്റിയതും!''

സ്ക്രീനിൽ 2015 മെയ് മുതൽ 2018 ഡിസംബർ വരെയുള്ള മൂന്നരവർഷക്കാലം ഇന്ത്യയിൽ വിവിധ സ്ഥലങ്ങളിൽ പശുവിന്റെ പേരിൽ നടന്ന ചില ആക്രമണങ്ങളുടെ ദൃശ്യം. ഹ്യൂമൻ റൈറ്റ്സ് വാച്ചിൽ നിന്നാണ് ഈ ദൃശ്യങ്ങൾ, എന്നും സ്ക്രീനിൽ വായിക്കാം.

അവതാരക തുടരുന്നു: ''വളരെ കുറച്ച് ആക്രമണകാരികളെ മാത്രമാണ് നിയമത്തിനു മുന്നിലെത്തിച്ചത്. നാമെല്ലാം പ്രതീക്ഷിച്ചത് ഇന്ത്യയുടെ പ്രധാനമന്ത്രി ഈ ആക്രമണങ്ങളെ അപലപിക്കുമെന്നാണ്. എന്നാൽ മോദി ഇതിനെതിരെ ഒരക്ഷരം മിണ്ടിയില്ല. ഈ സംഭവങ്ങൾ നടക്കുമ്പോഴെല്ലാം അദ്ദേഹം മൗനത്തിലായിരുന്നു."

സ്ക്രീനിൽ നിലഞ്ജൻ മുഖോപാധ്യായ സംസാരിക്കുകയാണ് അദ്ദേഹം പറയുന്നു: ''മോദിയുടെ നിശ്ശബ്ദതയെ ജനക്കൂട്ടം കണ്ടത് ആക്രമണങ്ങൾ തുടരാനുള്ള സിഗ്നലായാണ്. ആൾക്കൂട്ടാക്രമണം നടത്തിയാലും ഒരു നടപടിയും ഉണ്ടാവില്ലെന്ന സന്ദേശമാണ് തന്റെ മൗനത്തിലൂടെ മോദി അക്രമികൾക്ക് നൽകിയത്."

അവതാരക: ''കടുത്ത വിമർശനങ്ങൾക്കിടയിൽ അലിമുദ്ദീൻ കൊല്ലപ്പെട്ട ദിവസം ഒടുവിൽ മോദി തന്റെ മൗനംവെടിഞ്ഞു.''

അപ്പോഴും തുടരുന്ന ആക്രമണങ്ങളുടെ പശ്ചാത്തലത്തിൽ സ്ക്രീനിൽ 2018 ജൂണിൽ മോദിയുടെ പ്രസംഗത്തിന്റെ ദൃശ്യം. അദ്ദേഹം പറയുന്നു: ''നിങ്ങൾ ഇപ്പോൾ ചെയ്യുന്നതെല്ലാം നല്ലതിനാണോ? ഇങ്ങനെയാണോ പശുവിനെ ആരാധിക്കുന്നത്?"

അവതാരക: ''തുടർന്നുണ്ടായത് അത്ഭുതകരമായ സംഭവവികാസമായിരുന്നു. പശു സംരക്ഷകർ അലിമുദ്ദീനെ കൊലപ്പെടുത്തിയതിന്റെ മൂന്നാം ദിവസം ആദ്യമായി ഒരു രാഷ്ട്രീയപ്രവർത്തകൻ അറസ്റ്റുചെയ്യപ്പെട്ടു. ബി ജെ പിയുടെ ജില്ലാ വക്താവ് നിത്യാനന്ദ മഹതോ ആണ് അറസ്റ്റുചെയ്യപ്പെട്ടത്. പൊലീസ് പറഞ്ഞത്, മഹതോയാണ് അൻസാരിയെ വാനിൽനിന്ന് പുറത്തേക്ക് വലിച്ചിറക്കിയത് എന്ന് വീഡിയോകൾ വ്യക്തമാക്കുന്നുവെന്നാണ്.''

നിത്യാനന്ദ മഹതോയുടെ ചിത്രം സ്ക്രീനിൽ കാണിക്കുന്നു. അവതാരക തുടരുന്നു:

''അലിമുദ്ദീന്റെ കൊലപാതകത്തിൽ ബി ജെ പിയുടെ വക്താവായ നിത്യാനന്ദ മഹതോ കുറ്റക്കാരനാണെന്ന് കോടതി കണ്ടെത്തി; കോടതി അയാൾക്ക് ജീവപര്യന്തം തടവുശിക്ഷ വിധിച്ചു. എന്നാൽ മോദി ഗവൺ

ഹബീൽ ഇക്ബാൽ

മെന്റിലെ മന്ത്രിമാരിലൊരാൾ കോടതിയിൽ പിഴയടച്ച് ഇടപെട്ട് നിത്യാനന്ദയെയും ശിക്ഷിക്കപ്പെട്ട മറ്റു സഹകുറ്റവാളികളെയും ജാമ്യത്തിലിറക്കി. അവർ ജാമ്യത്തിലിറങ്ങിയപ്പോൾ മന്ത്രിയും സംഘവും നേരിട്ടെത്തി ഈ കുറ്റവാളികളെ പൂമാലയണിയിച്ച് സ്വീകരിച്ചു.''

മന്ത്രിയും ബി ജെ പി പ്രവർത്തകരും പാർട്ടി പാതകയുമേന്തി അലിമുദ്ദീൻ കൊലപാതകക്കേസിലെ പ്രതികളായ നിത്യാനന്ദ മഹതോയെയും എട്ട് കൂട്ടുപ്രതികളെയും സ്വീകരിക്കുന്ന ദൃശ്യം സ്ക്രീനിൽ.

അവതാരക തുടരുന്നു: ''മി. സിൻഹ (മന്ത്രി) പറഞ്ഞത്, താൻ അവരെ സഹായിച്ചത് അവർ ദരിദ്രരായതുകൊണ്ടാണെന്നാണ്. താൻ അവർക്കൊപ്പം നിൽക്കുന്ന ചിത്രങ്ങൾ ദുരുപയോഗം ചെയ്യപ്പെടുകയാണെന്ന് അദ്ദേഹം മാധ്യമങ്ങളെ വിമർശിച്ചു. എന്നാൽ താൻ ഇനി ഇങ്ങനെയൊന്ന് ആവർത്തിക്കില്ലെന്നും അദ്ദേഹം തുടർന്നു പറഞ്ഞു.''

വീണ്ടും അലിമുദ്ദീന്റെ സഹധർമിണി മറിയം അൻസാരി സംസാരിക്കുന്ന ദൃശ്യം സ്ക്രീനിൽ.

അവർ പറയുന്നു: ''ഇവർ ഈ രാജ്യത്തിന്റെയാകെ ഭരണാധികാരികളാണ്. ഞങ്ങളാകട്ടെ വെറും ദരിദ്രർ. ഞങ്ങൾക്ക് എന്തു ചെയ്യാനാകും?''

അവതാരക: ''നാല് വർഷത്തിനുശേഷം ഈയാളുകൾ ജയിൽ മോചിതരാക്കപ്പെട്ടു.''

നിലഞ്ജൻ മുഖോപാധ്യായ സ്ക്രീനിൽ: അദ്ദേഹത്തിന്റെ വാക്കുകൾ: ''ഈ സംഭവം നൽകുന്ന വ്യക്തമായ സന്ദേശമിതാണ്; ഹിന്ദുക്കൾക്ക് ഭൂരിപക്ഷമുള്ള രാജ്യമാണിത്; ഇന്ത്യയിലെ ഹിന്ദുക്കളുടെ വികാരത്തിനെതിരായി എന്തെങ്കിലും പറയുകയോ പ്രവർത്തിക്കുകയോ ചെയ്യുന്നവർ കൃത്യമായും ആക്രമിക്കപ്പെടുമെന്നുതന്നെയാണ് ഇത് നൽകുന്ന സന്ദേശം.''

സ്വപൻ ദാസ് ഗുപ്ത സ്ക്രീനിൽ. അദ്ദേഹം പറയുന്നു: ''ചിലയാളുകൾ കൊലപാതകം പോലെയുള്ള ഒരു കുറ്റകൃത്യം ചെയ്തുവെന്നത് ശരിതന്നെയാണ്; ഇത് അഭിനന്ദിക്കപ്പെടുകയോ പ്രോത്സാഹിപ്പിക്കപ്പെടുകയോ ചെയ്യേണ്ട കാര്യമല്ല. എന്നാൽ അതേസമയംതന്നെ, ഈ സംഭവത്തെ പൊതുവൽക്കരിക്കുകയും ഇന്ത്യയിൽ ഇതാണിപ്പോൾ പൊതുവിൽ നടക്കുന്നതെന്നും ബി ജെ പിയുടെ സ്വഭാവംതന്നെ ഇങ്ങനെയാണെന്നും പറയുന്നതും എന്റെ അഭിപ്രായത്തിൽ അനാവശ്യമായ, തെറ്റായ വിലയിരുത്തലാണ്.''

സ്ക്രീനിൽ വീണ്ടും പശുസംരക്ഷണത്തിന്റെ പേരിൽ ആൾക്കൂട്ടം നടത്തുന്ന ആക്രമണങ്ങളുടെ ദൃശ്യങ്ങൾ.

ഇപ്പോൾ സംസാരിക്കുന്നത് അരുന്ധതി റോയി: ''നാം അൽപ്പമൊന്ന് പിന്നിലേക്ക് തിരിഞ്ഞുനോക്കിയാൽ ഈ ആൾക്കൂട്ടകൊലപാതകങ്ങൾ, പിന്നീടുണ്ടായ വലിയ ആക്രമണങ്ങളുടെ തുടക്കം മാത്രമായിരുന്നുവെന്ന് കാണാൻ കഴിയും. അവ അസ്വസ്ഥതയുണ്ടാക്കുന്നതും പേടിപ്പെടുത്തുന്നവയുമാണ്, ഭീകരമാണവ. വരാൻപോകുന്ന കാര്യങ്ങളുടെ മുന്നറിയിപ്പായിരുന്നു അവ.''

2019

സ്ക്രീനിൽ 2019 എന്ന് തെളിഞ്ഞുവരുന്നു; മോദിയുടെ ദൃശ്യവും.

അവതാരക: ''മോദി രണ്ടാം തവണ അധികാരത്തിൽ കയറാനായി മത്സരിച്ചപ്പോൾ അദ്ദേഹത്തിന്റെ ബ്രാൻഡിലുള്ള ഹിന്ദു ദേശീയതയ്ക്ക് റിക്കാർഡ് പിന്തുണയാണ് ലഭിച്ചത്; മോദിയുടെ നേതൃത്വത്തിൽ ബി ജെ പിക്ക് അതിനുമുൻപ് ലഭിച്ചിരുന്നതിനെക്കാളെല്ലാം വലിയ ഭൂരിപക്ഷമാണ് ആ തിരഞ്ഞെടുപ്പിൽ ലഭിച്ചത്; അങ്ങനെ ഒറ്റയ്ക്ക് ഭൂരിപക്ഷം നേടി വീണ്ടും അഞ്ച് വർഷത്തേക്കുകൂടി മോദി ഭരണമുറപ്പിച്ചു.''

ബി ജെ പിയുടെയും മോദിയുടെയും വിജയാഹ്ലാദപ്രകടനം. തുറന്ന വാഹനത്തിൽ അനുയായികളെ അഭിവാദ്യം ചെയ്യുന്ന മോദി.

സ്വപൻ ദാസ് ഗുപ്ത സംസാരിക്കുന്നു:

''ചരിത്രത്തിലാദ്യമായി മുൻപൊരിക്കലും ബി ജെ പിക്ക് കടന്നുചെല്ലാൻപോലും കഴിയാതിരുന്ന മേഖലകളിൽനിന്നുതന്നെ നമുക്ക് പിന്തുണ ലഭിച്ചു. അങ്ങനെ അക്ഷരാർഥത്തിൽ മോദി ഒരഖിലേന്ത്യാ വ്യക്തിത്വമായി.''

ആഹ്ലാദപ്രകടനത്തിൽ പങ്കെടുക്കുന്ന മോദിയുടെ പ്രസംഗത്തിന്റെ ദൃശ്യം സ്ക്രീനിൽ. മോദിയുടെ വാക്കുകൾ: ''ഇത് ജനാധിപത്യത്തിന്റെ വിജയമാണ്. ജനങ്ങളാണ് ഇവിടെ വിജയിച്ചത്.''

ബി ജെ പി നേതാക്കൾ മോദിയെ പടുകൂറ്റൻ ഹാരമണിയിച്ച് സ്വീ

കരിക്കുന്ന ദൃശ്യം.

നിലഞ്ജൻ മുഖോപാധ്യായ വിശദീകരിക്കുന്നു: ''ഈ ജനവിധി മോദിയും അദ്ദേഹത്തിന്റെ ഗവൺമെന്റും ഉയർത്തിപ്പിടിക്കുന്ന പേശീബല ദേശീയതയുടെ (Muscular nationality) വിജയമാണെന്നതിൽ സംശയം വേണ്ട.''

മോദി രണ്ടാം വട്ടം പ്രധാനമന്ത്രിയായി ചുമതലയേൽക്കുന്നതിന്റെ സത്യപ്രതിജ്ഞാ ചടങ്ങ് സ്ക്രീനിൽ. സദസ്സിൽ അമിത് ഷായും രാജ്നാഥ്സിങ്ങും മറ്റു നിയുക്ത മന്ത്രിമാരും മുൻനിരയിൽ ആസനസ്ഥരായിരിക്കുന്നു.

അവതാരക: ''രാജ്യം കണ്ടതിൽവച്ച് ഏറ്റവും ശക്തനായ രാഷ്ട്രീയ നേതാവായിരിക്കുകയാണ് ഇപ്പോൾ പ്രധാനമന്ത്രി മോദി.''

ഡോ. ക്രിസ് ഒഗ്ഡന്റെ വാക്കുകൾ: ''തങ്ങളുടെ അജൻഡ നടപ്പാക്കാനുള്ള സാഹചര്യമായിരിക്കുന്നുവെന്ന് ഇപ്പോൾ ബിജെപിക്ക് ബോധ്യമായിരിക്കുന്നു. ഇന്ത്യ ഇന്ന് നീങ്ങിക്കൊണ്ടിരിക്കുന്ന പാതയിൽ നിന്ന് മാറ്റി ഇന്ത്യയെ ഹിന്ദുത്വവൽക്കരിക്കാൻ അവസരമൊരുങ്ങിയിരുങ്ങിയിരിക്കുന്നതായി അവർക്ക് ബോധ്യമായി; ഇന്ത്യയുടെ രാഷ്ട്രീയ - സാമൂഹിക - സാംസ്കാരിക സ്വഭാവവും അതിന്റെ പദാവലികളും മാറ്റപ്പെടുന്നതിന്റെ തുടക്കമാവുകയാണ്. അനിവാര്യമായും അതിന് വഴിയൊരുങ്ങിക്കഴിഞ്ഞു.''

മോദി സത്യപ്രതിജ്ഞ ചെയ്യാൻ വേദിയിലേക്ക് കയറുന്ന ദൃശ്യം. സത്യപ്രതിജ്ഞ ചൊല്ലുന്നു - ''നരേന്ദ്ര ദാമോദർദാസ് മോദിയായ ഞാൻ ദൈവനാമത്തിൽ പ്രതിജ്ഞ ചെയ്യുന്നു.'' വേദിയിൽ അമിത് ഷാ, രാജ്നാഥ് സിങ്, നിർമല സീതാരാമൻ തുടങ്ങിയവർ.

സ്ക്രീനിൽ നിലഞ്ജൻ മുഖോപാധ്യായ സംസാരിക്കുന്ന ദൃശ്യം.

അദ്ദേഹത്തിന്റെ വാക്കുകൾ : ''ഹിന്ദു ഭൂരിപക്ഷമുള്ള ഇന്ത്യയെ

ഡോ. ക്രിസ് ഒഗ്ഡൻ

ഒരു മെജോറിട്ടേറിയൻ (ഭൂരിപക്ഷാധിപത്യ) രാജ്യമാക്കി മാറ്റാനാണ് നിശ്ച യമായും മോദി ശ്രമിക്കുന്നത്''.

സ്ക്രീനിൽ അരുന്ധതി റോയ് സംസാരിക്കുന്നു: "ഈ ഭരണത്തിന് രാജ്യത്തെ ഹിന്ദുക്കളെ ഉൾപ്പെടുത്തുകയും മുസ്ലീങ്ങളെ വോട്ടവകാശ മില്ലാത്തവരാക്കി മാറ്റുകയും വേണം. അതായത് അവർക്ക് ഇന്ത്യയെ ഹിന്ദുരാഷ്ട്രമാക്കണം.''

സ്വദേശ് സിങ് പറയുന്നു: ''ഇന്ത്യയിലെ 80 ശതമാനത്തിലധികം ആളുകളും ഹിന്ദുക്കളാണ്; ഈ ആളുകളാണ് ബിജെപിയെ പിന്തുണ യ്ക്കുന്നത്. ഇതിനർത്ഥം ബി ജെ പി മുസ്ലീംവിരുദ്ധ പാർട്ടിയോ ക്രിസ് ത്യൻവിരുദ്ധ പാർട്ടിയോ ആണെന്നല്ല.''

ഹർദോഷ് സിങ് ബാൽ സംസാരിക്കുന്നു: ''ഇന്ത്യയിൽ ഇതേവരെ ഉണ്ടായിട്ടുള്ളതിൽ വെച്ച് ഏറ്റവും കേന്ദ്രീകൃതമായിട്ടുള്ള, സർവാധികാ രങ്ങളും ഒരാളിൽ തന്നെ കേന്ദ്രീകരിച്ചിട്ടുള്ള ഗവൺമെന്റാണിത്. നരേ ന്ദ്രമോദിയുടെ ഉത്തരവുകളെ ചോദ്യം ചെയ്യാൻ ആരുമില്ല. എല്ലാ തീരു മാനങ്ങളും കൈക്കൊള്ളുന്നതും എല്ലാത്തിനെയും നിയന്ത്രിക്കുന്നതും നേരിട്ട് മോദിതന്നെയാണ്.''

അവതാരക: ''ഏറെ വൈകാതെ മോദി ഇന്ത്യയിലെ ഒരേയൊരു മുസ്ലീം ഭൂരിപക്ഷ സംസ്ഥാനമായ ജമ്മു കാശ്മീരിലേക്ക് തിരിഞ്ഞു.''

കാശ്മീർ
ആഗസ്ത് 2019

സ്ക്രീനിൽ കാശ്മീരിന്റെ ആകാശക്കാഴ്ച. കാശ്മീർ ആഗസ്ത് 2019 എന്ന് തെളിഞ്ഞുവരുന്നു. കാശ്മീരിലെ മനോഹരമായ ഒരു പാത യിലൂടെ ഒരാൾ നടന്നു പോകുന്ന ദൃശ്യം. അയാളുടെ വാക്കുകൾ: ഞാൻ ഹബീൽ ഇഖ്ബാൽ. ഞാനൊരു അഭിഭാഷകനാണ്. കാശ്മീരിലാണ് ഞാൻ പ്രവർത്തിക്കുന്നത്. ഗവൺമെന്റ് ജമ്മുകാശ്മീരിനെ മാറ്റിമറിക്കാൻ

സ്വപൻ ദാസ് ഗുപ്ത

പ്രൊഫ. ക്രിസ്റ്റഫെ ജാഫ്രലോ

പോവുകയാണെന്ന കിംവദന്തികൾ ഏതാനും ദിവസങ്ങളായി കേൾക്കുന്നു. രാഷ്ട്രീയക്കാർ പറയുന്നതെന്തെന്ന് ഞങ്ങൾക്ക് പിടികിട്ടുന്നില്ല. പക്ഷേ അണിയറയിൽ എന്തോ നടക്കുന്നുണ്ട്."

അവതാരക: "കഴിഞ്ഞ 70 വർഷത്തിലേറെയായി കാശ്മീർ ഇന്ത്യയിലെ ഏറ്റവുമധികം സെൻസിറ്റീവായ പ്രദേശങ്ങളിലൊന്നാണ്; വർഷങ്ങളായി നിലനിൽക്കുന്ന ഭീകര പ്രവർത്തനത്തിന്റെ പശ്ചാത്തലവുമുണ്ട്; അയൽരാജ്യമായ പാകിസ്താനുമായി ഈ പ്രദേശത്തിന്റെ പേരിൽ സംഘർഷവും നിലനിൽക്കുന്നു. കഴിഞ്ഞ 70 വർഷത്തിലേറെയായി കാശ്മീർ പ്രത്യേക നിയമത്തിൻ കീഴിലായിരുന്നു; അതുപ്രകാരം കാശ്മീരികൾക്ക് ഒരു പരിധിവരെ സ്വന്തം കാര്യങ്ങൾ നിശ്ചയിക്കാനുള്ള സ്വാതന്ത്ര്യം അനുവദിച്ചിരുന്നു. എന്നാൽ ഇപ്പോൾ കേന്ദ്രത്തിൽ അധികാരത്തിലുള്ള കക്ഷിക്ക് അത് സ്വീകാര്യമാകുന്നില്ല."

സ്വപൻ ദാസ് ഗുപ്ത: "1990 കൾ മുതലുള്ള, ഒരുപക്ഷേ അതിനും മുൻപേ തന്നെയുള്ള, ബി ജെ പിയുടെ മാനിഫെസ്റ്റോകൾ ചില പ്രത്യേക ആവശ്യങ്ങൾ ഉന്നയിച്ചിരുന്നു; അതിലൊന്നാണ് ഭരണഘടനയുടെ ആർട്ടിക്കിൾ 370 റദ്ദ് ചെയ്യുകയെന്നത്; ജമ്മു കാശ്മീരിന് പ്രത്യേക പദവി നൽകുന്നതാണ് ഈ ഭരണഘടനാ വ്യവസ്ഥ."

ഡോ. സുബ്രഹ്മണ്യൻ സ്വാമി: "കാശ്മീരിനെ മൊത്തം ഇന്ത്യയുടെ ഭാഗമായാണ് ഞങ്ങൾ കണക്കാക്കുന്നത്; അതുകൊണ്ട് കാശ്മീരിനെ പ്രത്യേകതയുള്ളതാക്കി മാറ്റുന്ന ഈ ആർട്ടിക്കിൾ 370 (ഭരണഘടനയിലെ 370–ാം വകുപ്പ്) എന്തിനാണെന്ന് ഞങ്ങൾ ചോദിച്ചു."

അവതാരക: "മോദി സത്യപ്രതിജ്ഞ ചെയ്ത് അധികാരമേറ്റ് 9 മാസത്തിനകം കാശ്മീരിലേക്ക് കൂടുതൽ പട്ടാളക്കാരെ അയക്കാൻ തുടങ്ങി."

സ്ക്രീനിൽ കാശ്മീർ താഴ്വരയിൽ ആയുധധാരികളായി പട്ടാളം നീങ്ങുന്നതിന്റെയും നഗരവീഥികളാകെ പട്ടാള നിയന്ത്രണത്തിൽ നിശ്ച

ലമായിരിക്കുന്നതിന്റെയും ദൃശ്യങ്ങൾ.

അവതാരക തുടരുന്നു :"പുതുതായി പതിനായിരം പാരാമിലിറ്ററി സേനാംഗങ്ങളെ കൂടി കാശ്മീർ താഴ്വരയിൽ വിന്യസിക്കാൻ ഗവൺമെന്റ് തീരുമാനിച്ചു. കേന്ദ്ര ഗവൺമെന്റ് വീണ്ടും തിരക്കിട്ട് 25,000 പാരാമിലിറ്ററി സേനാംഗങ്ങളെക്കൂടി കാശ്മീർ താഴ്വരയിൽ വിന്യസിച്ചു. ഭീകരതയെ നേരിടുന്നതിനുള്ള ഊർജിതമായ നീക്കമെന്നാണ് പറഞ്ഞത്; സുരക്ഷാ തയ്യാറെടുപ്പിന്റെ പേരിൽ കാശ്മീരിലെ പ്രമുഖ രാഷ്ട്രീയ നേതാക്കളെയെല്ലാം വീട്ടുതടങ്കലിലാക്കി. ഇന്റർനെറ്റും ടെലഫോണുകളുമെല്ലാം പൂർണമായി വിച്ഛേദിക്കപ്പെട്ടു''.

സ്ക്രീനിൽ നിശ്ചലമായി കിടക്കുന്ന, ശൂന്യമായ, കടകമ്പോളങ്ങളെല്ലാം അടഞ്ഞുകിടക്കുന്ന കാശ്മീർ താഴ്വരയുടെ ദൃശ്യം. പട്ടാളത്തിന്റെയും പാരാമിലിറ്ററി സേനയുടെയും കനത്ത ബന്തവസ്സ്. റോഡുകളിൽ അവിടവിടെ മുള്ളുവേലികൾകൊണ്ട് തടസ്സം സൃഷ്ടിച്ചിരിക്കുന്നു. ആളുകളെ തടഞ്ഞുനിർത്തി പരിശോധിക്കുകയും ചോദ്യം ചെയ്യുകയും ചെയ്യുന്ന ജമ്മുകാശ്മീർ പൊലീസിന്റെ ചെക് പോയിന്റുകളും കാണാം.

ഹബീൽ ഇഖ്ബാൽ (മനുഷ്യാവകാശ അഭിഭാഷകൻ): "ഞങ്ങൾ പൂർണമായും ബ്ലാക്ക് ഔട്ടിലാണ്. എല്ലാ വാർത്താവിനിമയ സൗകര്യങ്ങളും റദ്ദ് ചെയ്യപ്പെട്ടിരിക്കുന്നു. പുറംലോകത്തുനിന്നും ഞങ്ങളെ പൂർണമായും ഒറ്റപ്പെടുത്തിയിരിക്കുകയാണ്. ജനങ്ങളിൽ ഭയവും ഉത്കണ്ഠയും അരിച്ചുകയറുകയാണ്."

അവതാരക: "ആഗസ്ത് ആറിന് മോദി, കാശ്മീരിന് സ്വയം ഭരണാവകാശം നൽകുന്ന ഭരണഘടനാ വ്യവസ്ഥകൾ റദ്ദുചെയ്യാനുള്ള ക്രമീകരണമുണ്ടാക്കി; കാശ്മീരിനെ കേന്ദ്രത്തിന്റെ നേരിട്ടുള്ള നിയന്ത്രണത്തിൽ കൊണ്ടുവന്നു. ഇന്ത്യൻ ജനാധിപത്യത്തിന്റെ ഏറ്റവും കറുത്ത ദിനങ്ങൾ എന്ന് പ്രതിപക്ഷ പാർട്ടികൾ ഈ നടപടിയെ വിശേഷിപ്പിച്ചു."

പ്രൊഫ. ക്രിസ്റ്റഫെ ജാഫ്രലോ: "ഇപ്പോൾ ജമ്മു-കാശ്മീരിനുമേൽ ന്യൂഡൽഹിയിൽ നിന്നുള്ള ഭരണമാണ് നടപ്പാക്കുന്നത്. ഇന്ത്യാവൽക്കരണം എന്ന പുതിയ നയമാണ് നടപ്പാക്കപ്പെട്ടിരിക്കുന്നത്."

അവതാരക: "മൂന്ന് ദിവസത്തിനുശേഷം മോദി രാജ്യത്തെ അഭിസംബോധന ചെയ്ത് സംസാരിച്ചു." മോദിയുടെ വാക്കുകൾ: "ഞങ്ങൾ ചരിത്രപ്രധാനമായ ഒരു തീരുമാനമെടുത്തിരിക്കുകയാണ്; രാജ്യത്തെ ഒന്നിപ്പിക്കുന്നതിനുള്ള തീരുമാനമാണത്. രാജ്യമാകെ അതംഗീകരിക്കുമെന്ന് ഞങ്ങൾ കരുതുന്നു. പുതിയ ഊർജ്ജത്തോടെ, പുതിയ സ്വപ്നങ്ങളോടെ നമുക്ക് മുന്നോട്ടുനീങ്ങാം."

സ്വപൻ ദാസ് ഗുപ്ത: "രാജ്യത്തിനുള്ളിൽ വലിയ തോതിലുള്ള പിന്തുണ ലഭിച്ച, ഏറെ പ്രചരിപ്പിക്കപ്പെട്ട തീരുമാനമാണിത്. നാം ഉറച്ചുനിന്നാൽ മറ്റൊരു വിഷയം ഉയർന്നു വരാവുന്നതാണ്; പാകിസ്താനുമായുള്ള ബന്ധത്തിന്റെ പ്രശ്നം; പക്ഷേ രാജ്യത്തിനുള്ളിൽ ഇത് വിപുലമായി സ്വീകരിക്കപ്പെട്ട, ജനപ്രിയമായ ഒരു കാര്യമാണ്."

അവതാരക: "എന്നാൽ കാശ്മീരിലെ പ്രതികരണം രൂക്ഷമായിരുന്നു."

പ്രതിഷേധത്തിന്റെയും ഏറ്റുമുട്ടലിന്റെയും ജനങ്ങൾ ബാരിക്കേഡുകൾ തകർക്കുന്നതിന്റെയും ദൃശ്യങ്ങൾ സ്ക്രീനിൽ. ചെറുപ്പക്കാർ രോഷാകുലരായി തെരുവിലിറങ്ങുന്നതാണ് കാണുന്നത്.

ഹബീൽ ഇഖ്ബാൽ: "ഒരുതരം കർഫ്യൂ ആയിരുന്നു സംസ്ഥാനത്താകെ. നൂറുകണക്കിന് പ്രതിഷേധക്കാർ പൊലീസുമായി ഏറ്റുമുട്ടി. വെള്ളിയാഴ്ചത്തെ പ്രാർത്ഥനയ്ക്കുശേഷം വലിയ തോതിലുള്ള പ്രതിഷേധങ്ങളുണ്ടാകുമെന്ന് ഗവൺമെന്റിനറിയാമായിരുന്നു; പക്ഷേ ഭരണകൂടത്തിന്റെ പ്രതികരണം പതിവുപോലെതന്നെ ആയിരുന്നു - പ്രതിഷേധങ്ങൾ ഉണ്ടാകുന്ന ഉടൻതന്നെ അതെല്ലാം അടിച്ചമർത്തുക; അങ്ങനെ പ്രതിഷേധിക്കുന്നവരെ നിശ്ശബ്ദരാക്കി; ഏകപക്ഷീയമായി ആളുകളെ കൂട്ടത്തോടെ തടവിലാക്കി. അവർ ശരിക്കും മനുഷ്യരെ പീഡിപ്പിക്കുകയായിരുന്നു - വലതുപക്ഷക്കാരോ ഇടതുപക്ഷക്കാരോ മധ്യനിലപാടുകാരോ എന്ന് നോക്കാതെയുള്ള വ്യാപകമായ ആക്രമണം. ആകെക്കൂടി ഭീകരമായൊരു അന്തരീക്ഷം."

അവതാരക: "ഏകദേശം 4,000 ത്തോളം ആളുകൾ ആദ്യ ഒരു മാസത്തിനകംതന്നെ തടവിലാക്കപ്പെട്ടു. അധികൃതർ ആളുകളെ മർദ്ദിക്കുന്നതായും ക്രൂരമായി പീഡിപ്പിക്കുന്നതായും ജനങ്ങളിൽനിന്ന് കേൾക്കാനാരംഭിച്ചിരിക്കുന്നു എന്ന് ഹബീൽ പറയുന്നു."

ഹബീൽ ഇഖ്ബാൽ: "ആളുകളെ അർധരാത്രി പിടിച്ചുകൊണ്ടുപോവുകയും കടുത്ത ശാരീരിക പീഡനങ്ങൾ ഏൽപ്പിക്കുകയും ചെയ്യുന്നുണ്ട്. അത്തരത്തിൽ പീഡനമേറ്റൊരു ചെറുപ്പക്കാരനെ ഞാൻ കണ്ടു. ഇങ്ങനെ

അയാൾ പീഡിപ്പിക്കപ്പെട്ട സമയത്ത് അദ്ദേഹത്തിന്റെ അടുത്ത് ഒരുച്ചഭാഷിണി കൊണ്ടുവച്ചിരുന്നു. അയാളെ പീഡിപ്പിക്കുന്നതിന്റെയും അയാൾ നിലവിളിക്കുന്നതിന്റെയും ശബ്ദം ഗ്രാമവാസികളാകെ കേൾക്കുന്നതിനുവേണ്ടിയായിരുന്നു അത്. ഗ്രാമത്തിലെ ജനങ്ങളെയാകെ വിരട്ടിനിർത്തുകയെന്ന തന്ത്രത്തിന്റെ ഭാഗമായിരുന്നു ഇത്. കാശ്മീരിൽ എന്താണ് നടക്കുന്നതെന്ന് പുറംലോകം കാണാനോ അറിയാനോ പാടില്ലായെന്നും അധികൃതർ ആഗ്രഹിച്ചിരുന്നു".

കാശ്മീരിലെ പൊലീസ് ഭീകരത വ്യക്തമാക്കുന്ന ദൃശ്യങ്ങളാണ് സ്ക്രീനിൽ കാണുന്നത്.

അവതാരക: "കാശ്മീരിൽ ആളുകളെ പീഡിപ്പിക്കുകയാണെന്ന വാദത്തെ ഇന്ത്യൻ സേന ശക്തിയുക്തം നിഷേധിക്കുകയാണ്. എന്നാൽ, ഐക്യരാഷ്ട്രസഭയുടെ ഏറ്റവും പ്രമുഖയായ മനുഷ്യാവകാശ വിദഗ്ധയടക്കം കാര്യങ്ങൾ ഇങ്ങനെ തുറന്നു പറഞ്ഞു".

ഇപ്പോൾ സ്ക്രീനിൽ കാണുന്നത് മനുഷ്യാവകാശങ്ങൾക്കുള്ള യു എൻ ഹൈക്കമ്മീഷണർ മിഷേൽ ബാഷ്‌ലെ സംസാരിക്കുന്നതാണ്, "അടുത്തകാലത്ത് ഇന്ത്യാ ഗവൺമെന്റ് കൈക്കൊണ്ട നടപടികളുടെ അനന്തരഫലങ്ങളെക്കുറിച്ച് പറയുമ്പോൾ, ഇന്റർനെറ്റുവഴിയുള്ള ആശയവിനിമയവും സമാധാനപരമായി യോഗം ചേരാനുള്ള അവകാശവും ഉൾപ്പെടെയുള്ള കാശ്മീരികളുടെ മനുഷ്യാവകാശങ്ങൾ ലംഘിക്കപ്പെടുന്നതിൽ എനിക്ക് അതിയായ ഉത്കണ്ഠയുണ്ട്. പ്രാദേശിക രാഷ്ട്രീയ നേതാക്കളും പ്രവർത്തകരും കൂട്ടത്തോടെ അറസ്റ്റു ചെയ്യപ്പെടുകയാണ്."

സ്ക്രീനിൽ നിലഞ്ജൻ മുഖോപാധ്യായ: അദ്ദേഹം സംസാരിക്കുകയാണ്: "മോദിയെ സംബന്ധിച്ചിടത്തോളം, രാജ്യത്തിന്റെ മറ്റു ഭാഗങ്ങളിലുള്ള ഹിന്ദു വോട്ടുകൾ സമാഹരിക്കുന്നതിന് കാശ്മീർ വളരെ പ്രധാനപ്പെട്ടൊരു വിഷയമാണ്. മോദിയുടെ രാഷ്ട്രീയ നിലനിൽപ്പിന്, കാശ്മീരി മുസ്ലീം പൗരരെ നിയന്ത്രിച്ചിരിക്കുന്നു എന്നും അവരെ വരുതിയിലാക്കിക്കഴിഞ്ഞു എന്നും ഇതര ഭാഗങ്ങളിലെ ഹിന്ദു വോട്ടർമാർക്ക് കാണിച്ചു കൊടുക്കേണ്ടത് മോദിയുടെ ആവശ്യമാണ്."

സ്ക്രീനിൽ സ്വപൻ ദാസ് ഗുപ്ത: "70 വർഷത്തിനുശേഷം ഇതാദ്യമായാണ് ഏതെങ്കിലുമൊരു കേന്ദ്ര സർക്കാർ കാശ്മീരി മുസ്ലീങ്ങളെ നിയന്ത്രണത്തിൽ കൊണ്ടുവരുന്നത്. അങ്ങനെ ഇതാദ്യമായി കാശ്മീർ ഇന്ത്യയുടെ ഭാഗമായി സംയോജിപ്പിക്കപ്പെട്ടു."

ആഗസ്ത് 2022 ലെ ഒരു വാർത്താ ദൃശ്യം: വാർത്താവതാരകയുടെ ശബ്ദമാണ് കേൾക്കുന്നത്: "കാശ്മീരിൽ ഹിന്ദുക്കളെ ലക്ഷ്യംവെച്ചുകൊണ്ടുള്ള കൊലപാതക പരമ്പരതന്നെ നടക്കുന്നു."

ബി ബി സി അവതാരക: ''അതുപോലെതന്നെ തുടർവർഷങ്ങളിൽ അധിനിവേശ കാശ്മീരിൽ ഹിന്ദുവിരുദ്ധ അക്രമങ്ങളും നടന്നിരുന്നു."

നഗരവീഥിയിലെ ചെക്പോസ്റ്റിൽ അർധ സൈനിക വിഭാഗം ജനങ്ങളെ തടഞ്ഞുനിർത്തി ചോദ്യം ചെയ്യുന്നതിന്റെയും വിരട്ടുന്നതിന്റെയും ഭീകരമായൊരു അന്തരീക്ഷം സ്ക്രീനിൽ.

റിപ്പോർട്ടറുടെ ശബ്ദം പശ്ചാത്തലത്തിൽ: "കാശ്മീരിൽ ഭയത്തിന്റേതായൊരു അന്തരീക്ഷം നിലനിൽക്കുന്നില്ലായെന്ന് ഇന്ത്യാ ഗവൺമെന്റ് പറയുന്നുണ്ട്. തങ്ങളുടെ നയങ്ങളും നടപടികളും കാശ്മീരിൽ സമാധാനവും വികസനവും കൊണ്ടുവരികയാണെന്ന് ഗവൺമെന്റ് അവകാശപ്പെട്ടു."

ആസാം

സ്ക്രീനിൽ ആസാം എന്ന അക്ഷരങ്ങൾ തെളിയുന്നു. ആസാമിന്റെ വ്യോമദൃശ്യമാണിപ്പോൾ സ്ക്രീനിൽ നിറഞ്ഞുനിൽക്കുന്നത്. കേൾക്കുന്നത് ബി ബി സി അവതാരകയുടെ ശബ്ദം: "തിരഞ്ഞെടുപ്പ് പ്രചരണകാലത്ത് അന്താരാഷ്ട്ര നിയമവിരുദ്ധ കുടിയേറ്റത്തെ സംബന്ധിച്ചുള്ള ആശങ്കകൾക്ക് പരിഹാരമുണ്ടാക്കുമെന്ന് മോദി വാഗ്ദാനം ചെയ്തിരുന്നു. ഇന്ത്യൻ പൗരരുടെ ദേശീയ രജിസ്റ്റർ കൊണ്ടുവരുമെന്ന് അദ്ദേഹം വാഗ്ദാനം ചെയ്തിരുന്നു."

മോദി പ്രസംഗിക്കുന്ന ദൃശ്യം സ്ക്രീനിൽ.

അദ്ദേഹം പറയുന്നു: ''സുഹൃത്തുക്കളെ, ഞാൻ നിങ്ങൾക്ക് ഉറപ്പു നൽകാനാഗ്രഹിക്കുന്നത്, ഞങ്ങളുടെ ഗവൺമെന്റ് നാഷണൽ രജിസ്റ്റർ ഓഫ് സിറ്റിസൺഷിപ്പ് നടപ്പാക്കുമെന്നാണ്, എൻ ആർ സി''......

എൻ ആർ സി എന്നു കേൾക്കുമ്പോൾ തന്നെ ആവേശഭരിതരാകുന്ന ജനാവലിയുടെ ആർപ്പുവിളികളും കയ്യടിയും.

വീണ്ടും മോദി: "ഞാൻ നിങ്ങൾക്ക് വീണ്ടും ഉറപ്പുനൽകുന്നു, ഇന്ത്യാക്കാരായ, ഹിന്ദുസ്ഥാൻ സ്വദേശികളായ ഒരാളും ഒഴിവാക്കപ്പെടില്ലായെന്ന് ഞാൻ ആവർത്തിച്ചുറപ്പു നൽകുന്നു."

ജനക്കൂട്ടത്തിന്റെ കൈയടി.

വീണ്ടും തിരക്കേറിയൊരു നഗരക്കാഴ്ച സ്ക്രീനിൽ. അവതാരകയുടെ ശബ്ദം പശ്ചാത്തലത്തിൽ: "ഇതിനകംതന്നെ ആസാമിൽ എൻ ആർ സി പരീക്ഷിക്കപ്പെട്ടു. സുപ്രീംകോടതിയുടെ മേൽനോട്ടത്തിൽ നടന്ന നെടുനാളത്തെ പരീക്ഷണങ്ങൾക്കും പ്രവർത്തനങ്ങൾക്കുമൊടുവിലാണ് ഇത് തയ്യാറാക്കപ്പെട്ടത്. പതിറ്റാണ്ടുകളായി അയൽരാജ്യമായ ബംഗ്ലാദേശിൽനിന്ന് ഹിന്ദുക്കളും മുസ്ലീങ്ങളും ഒരേപോലെ ഇവിടേക്ക് കുടിയേറുകയായിരുന്നു".

സ്ക്രീനിൽ സ്വപൻ ദാസ് ഗുപ്ത: "ബംഗ്ലാദേശിൽനിന്നുള്ള മുസ്ലീം കുടിയേറ്റക്കാരിൽ ഏറിയ പങ്കും സാമ്പത്തികമായ കാരണങ്ങളാലാണ്, അതേസമയം ഹിന്ദു കുടിയേറ്റമാകട്ടെ, ബംഗ്ലാദേശിൽനിന്നുള്ള പീഡനം സഹിക്കാനാവാത്തതുകൊണ്ടായിരുന്നു; അതുപോലെ ബംഗ്ലാദേശിൽനിന്ന് ന്യൂനപക്ഷങ്ങളെ പുറത്താക്കുന്നതുകൊണ്ടുമാണ്."

സ്ക്രീനിൽ ഡോ. സ്വദേശ് സിങ് സംസാരിക്കുന്നു: "ഒരു ആധുനിക രാഷ്ട്രം സൃഷ്ടിക്കണമെന്നുണ്ടെങ്കിൽ, നിങ്ങളുടെ പൗരർ ആരെന്ന നിർവചനം നൽകുകയെങ്കിലും വേണം. മറ്റെല്ലാ രാജ്യങ്ങളിലും ദേശീയ പൗരത്വ രജിസ്റ്റർ ഉണ്ട്. അത്തരമൊരു പൗരത്വ രജിസ്റ്റർ ഉണ്ടാക്കണമെന്ന് ബി ജെ പി ആഗ്രഹിച്ചു. അവരത് ചെയ്യുകയും ചെയ്യും. അവർക്കതിനുള്ള അവകാശമുണ്ട്."

നാഷണൽ സിറ്റിസൺസ് രജിസ്റ്റർ തയ്യാറാക്കുന്ന ബൂത്തുകൾക്കു മുന്നിൽ ആളുകൾ വരിവരിയായി കാത്തുനിൽക്കുന്ന ദൃശ്യം സ്ക്രീനിൽ. പശ്ചാത്തലത്തിൽ അവതാരകയുടെ ശബ്ദം:

''എൻ ആർ സി തയ്യാറാക്കുകയെന്നാൽ ആസാമിലെ വലിയൊരു വിഭാഗം മുസ്ലീം ജനതയെ ഒഴിവാക്കുകയെന്നാണ് അർത്ഥമെന്ന് പലരും ഭയപ്പെട്ടിരുന്നു; എന്നാൽ മോദി പറഞ്ഞത്, നിയമവിരുദ്ധ കുടിയേറ്റ

ക്കാരെ ഒഴിവാക്കാൻ മാത്രമേ ഇതുകൊണ്ട് ഉദ്ദേശിക്കുന്നുള്ളൂ എന്നാണ്."

സ്ക്രീനിൽ ആകാർ പട്ടേൽ. അദ്ദേഹം സംസാരിക്കുകയാണ്: "1971 നു മുൻപ് ആസാം സംസ്ഥാനത്ത് നിങ്ങളുടെ പൂർവികരെത്തിയിരുന്നു എന്നതിന്റെ രേഖാമൂലമായ തെളിവ് ഹാജരാക്കാൻ കഴിയുന്നുവെങ്കിൽ നിങ്ങൾ ദേശീയ പൗരത്വ രജിസ്റ്ററിൽ ഉൾപ്പെടുത്തപ്പെടും. അതിനു കഴിയാത്തപക്ഷം അതൊരു പ്രശ്നമായി മാറും."

സ്ക്രീനിൽ സൈക്കിൾറിക്ഷയോടിച്ചു പോകുന്ന ഒരാളുടെ ദൃശ്യം. അയാളുടെ പേര് നൂർ ഹുസൈൻ. അവതാരകയുടെ ശബ്ദം പശ്ചാത്തലത്തിൽ :

"അത്തരത്തിൽ ഇന്ത്യക്കാരനാണെന്ന് തെളിയിക്കേണ്ടിവന്നവരിൽ ഒരാളാണ് മുസ്ലീമായ സൈക്കിൾറിക്ഷാ ഡ്രൈവർ നൂർ ഹുസൈൻ."

നൂർ ഹുസൈൻ സംസാരിക്കുന്നു: "ഞാൻ ജനിച്ചത് ഇന്ത്യയിലെ ലോഡും ഗ്രാമത്തിലാണ്. എന്റെ അച്ഛനും മുത്തശ്ശനും മുത്തശ്ശിയുമെല്ലാം അവിടെ ജനിച്ചുവളർന്നവരാണ്. ഞാനും അവിടെത്തന്നെയാണ് ജനിച്ചത്."

തന്റെ കുടിലിലിരുന്ന് ബി ബി സിയോട് സംസാരിക്കുന്ന നൂർ ഹുസൈൻ. അദ്ദേഹം തുടരുന്നു: "പൊലീസ് എന്നെ തേടിയെത്തി. അവർ എന്റെ മേൽവിലാസവും രേഖകളും ആവശ്യപ്പെട്ടു. ഞാൻ കൊടുത്ത രേഖകൾ അവർ എടുക്കുകയും ചെയ്തു. എന്നിട്ട് എന്നോട് പൊലീസ് സ്റ്റേഷനിൽ ഹാജരാവാൻ പറഞ്ഞു."

വീട്ടിലേക്കുള്ള വഴിയിലൂടെ നടന്നുനീങ്ങുന്ന നൂർ ഹുസൈന്റെ ദൃശ്യം. നൂർ ഹുസൈൻ തുടരുന്നു: "ഞാനവർക്ക് എന്റെ ഐഡി കാർഡും വോട്ടർ കാർഡും കാണിച്ചുകൊടുത്തു. പക്ഷേ, അവരതൊന്നും സ്വീകരിച്ചില്ല. എന്റെ പേര് വ്യക്തമായി കാണിച്ചിട്ടുള്ള ഒറിജിനൽ രേഖകൾ കൊണ്ടുവരാൻ അവരെന്നോട് ആവശ്യപ്പെട്ടു. അതെനിക്ക് സമയത്തിന് ഹാജരാക്കാൻ കഴിഞ്ഞില്ല. ഞാൻ ബംഗ്ലാദേശുകാരനാണെന്ന് അവർ സംശയിച്ചു."

തന്റെ കുടിലിനുപുറത്ത് മുറ്റത്ത് കൂട്ടിയിരിക്കുന്ന അടുപ്പിൽ പാചകം ചെയ്യുന്ന നൂർ ഹുസൈന്റെ ദൃശ്യം സ്ക്രീനിൽ (സമീപത്ത് പത്തു

വയസ്സിനുള്ളിൽ പ്രായം തോന്നിക്കുന്ന ഒരു കുട്ടി).

നൂർ വീണ്ടും തുടരുന്നു: "ഞാനവരോട് പറഞ്ഞു, ഞാനിപ്പോൾ എന്റെ വീട്ടിലാണെന്ന്. അവർ അങ്ങോട്ടുവന്നു, എന്നെ പിടിച്ചു കൊണ്ടുപോയി തടവിലിട്ടു".

സ്ക്രീനിൽ നൂറിന്റെ ഭാര്യയുടെയും രണ്ടു കുഞ്ഞുമക്കളുടെയും ദൃശ്യങ്ങൾ. പശ്ചാത്തലത്തിൽ അവതാരകയുടെ ശബ്ദം: "അധികൃതർ പറഞ്ഞത്, നൂറിന്റെ ഭാര്യ സഹാറയുടെ പേപ്പറുകളും ശരിയല്ലായെന്നാണ്. അതുകൊണ്ട് അവളെയും അറസ്റ്റുചെയ്തു".

നൂർ ഹുസൈൻ: "കുട്ടികളെ അറസ്റ്റിൽ നിന്നൊഴിവാക്കാനാണ് അവർ താൽപര്യപ്പെട്ടത്. കാരണം അടുത്തകാലത്തൊന്നും ഞങ്ങളെ മോചിപ്പിക്കാനവർ ഉദ്ദേശിച്ചിരുന്നില്ല. ഞാനവരെ ഞങ്ങളോടൊപ്പം കൂട്ടാതിരുന്നാൽ അവർക്കെന്ത് സംഭവിക്കും? പൊലീസ് എന്നെയും ഭാര്യയെയും കൊണ്ടുപോകുകയും ലോക്കപ്പിലടയ്ക്കുകയും ചെയ്തു. ഇതുപോലൊരു നരകതുല്യമായ സാഹചര്യത്തിൽപെടുമെന്ന് ഞാനിതിനുമുൻപൊരിക്കലും കരുതിയില്ല."

അവതാരക: "നൂറും സഹാറയും കുഞ്ഞുങ്ങളെയും കൂടെ കൂട്ടി. അടുത്ത 18 മാസത്തേക്ക് അവർക്ക് തടങ്കൽ പാളയത്തിൽ കഴിയേണ്ടിവന്നു."

സ്ക്രീനിൽ അരുന്ധതി റോയ്: "അഭയാർത്ഥി പ്രശ്നം പരിഹരിക്കാൻ ശ്രമിക്കുന്ന ഒു രാജ്യമല്ലിത്. മറിച്ച്, സ്വന്തം ജനങ്ങളിൽനിന്നുതന്നെ അഭയാർത്ഥികളെ നിർമ്മിച്ചെടുക്കുന്ന വിചിത്രമായൊരു രാജ്യമായി ഇന്ത്യ മാറിയിരിക്കുന്നു. ഇത് അവിശ്വസനീയമാണ്."

നിസ്കരിക്കുന്ന മുസ്ലീം ജനതയുടെ ദൃശ്യം സ്ക്രീനിൽ.

അവതാരക പറയുന്നു: "നാഷണൽ രജിസ്റ്റർ ഓഫ് സിറ്റിസൺസ് പ്രകാരം ഏഴു ലക്ഷം മുസ്ലീങ്ങൾ നിയമവിരുദ്ധ കുടിയേറ്റക്കാരായി പ്രഖ്യാപിക്കപ്പെട്ടു. എന്നാൽ 10 ലക്ഷത്തിലേറെ ഹിന്ദുക്കളും ഇങ്ങനെ ഒഴിവാക്കപ്പെട്ടിട്ടുണ്ട്. വിവാദ ഇന്ത്യൻ പൗരത്വ ഭേദഗതി നിയമം ഗവൺമെന്റ് അവതരിപ്പിച്ചത് ഈ പ്രശ്നം പരിഹരിക്കാൻ സഹായിക്കുമെന്നതിനാലാണ്".

ആകാർ പട്ടേൽ: "സി എ എ പറയുന്നത് ഇന്ത്യയുടെ അയൽരാജ്യ

ങ്ങളായ അഫ്ഗാനിസ്താനിൽനിന്നോ ബംഗ്ലാദേശിൽനിന്നോ പാകിസ്താനിൽനിന്നോ രേഖകളില്ലാതെ 2014 ഡിസംബർ 31 നു മുൻപ് ഇന്ത്യയിലേക്ക് കുടിയേറിയവർക്കെല്ലാം, അവർ മുസ്ലീങ്ങളല്ലായെങ്കിൽ സ്വാഭാവികമായിത്തന്നെ ഇന്ത്യൻ പൗരത്വം ലഭിക്കും. എന്റെ അഭിപ്രായത്തിൽ, ഇത് മുസ്ലീങ്ങളെ വേട്ടയാടലാണ്."

ഡോ. സ്വദേശ് സിങ്: "നിർഭാഗ്യവശാൽ, ഇത് ഏതെങ്കിലുമൊരു പ്രത്യേക സമുദായത്തിനെതിരായതല്ല. മറിച്ച് പീഡിപ്പിക്കപ്പെടുന്ന ന്യൂനപക്ഷങ്ങൾക്കനുകൂലമായ ഒന്നാണിത്. അതായത്, ബംഗ്ലാദേശിൽനിന്നും അഫ്ഗാനിസ്ഥാനിൽനിന്നുമുള്ള ഹിന്ദുക്കളും ക്രിസ്ത്യാനികളും സിഖുകാരും ബുദ്ധമതക്കാരും ഉൾപ്പെടെയുള്ള ന്യൂനപക്ഷങ്ങളെ സംരക്ഷിക്കുന്നതിനു വേണ്ടിയുള്ളതാണിത്."

സ്വപൻ ദാസ് ഗുപ്ത: "ദൗർഭാഗ്യവശാൽ, ഇതിനെ തെറ്റിദ്ധാരണ പരത്തുന്നവിധം ചില കേന്ദ്രങ്ങൾ പ്രചരിപ്പിക്കുകയാണുണ്ടായത്. ചിലയാളുകളുടെ പൗരത്വാവകാശം കവർന്നെടുക്കുന്നതിനുവേണ്ടിയാണ് ഈ നിയമം എന്നാണ് പ്രചരിപ്പിക്കപ്പെട്ടത്. ഒരാളെയും ഒഴിവാക്കുന്നതിനെക്കുറിച്ച് നിയമം ഒരിടത്തും പറഞ്ഞിട്ടില്ല. നിയമം പറയുന്നത്, ആളുകൾക്ക് പൗരത്വം നൽകുന്നതിനെക്കുറിച്ച് മാത്രമാണ്."

സ്ക്രീനിൽ ഡോ. സുബ്രഹ്മണ്യൻ സ്വാമി. അദ്ദേഹം പറയുന്നു: "ഇത് പാർലമെന്റ് അവതരിപ്പിക്കുകയും നിയമമാക്കുകയും ചെയ്തതിലൂടെ മോദി എന്തെങ്കിലും തെറ്റുചെയ്തോ? ശരിക്കുമിത് ഇന്ത്യയിലെങ്ങും സ്വാഗതം ചെയ്യപ്പെട്ട ഒരു നടപടിയാണ്."

സ്ക്രീനിൽ വിദ്യാർത്ഥികളും യുവജനങ്ങളും സി എ എ നിയമത്തിനെതിരായി പ്ലക്കാഡുകളുയർത്തി മുദ്രാവാക്യം വിളിച്ച് തെരു

വിലിറങ്ങി പ്രതിഷേധിക്കുന്ന ദൃശ്യങ്ങൾ. പശ്ചാത്തലത്തിൽ അവതാരക സംസാരിക്കുന്നു: "പ്രതിഷേധക്കാർ തെരുവിലിറങ്ങിയത് നരേന്ദ്രമോദിയുടെ ഇന്ത്യയിൽ മുസ്ലീങ്ങളുടെ ഭാവിയെന്താകുമെന്ന് ആശങ്കപ്പെട്ടുകൊണ്ടാണ്."

VOA ന്യൂസിലും DW ന്യൂസിലും സംപ്രേക്ഷണം ചെയ്യപ്പെട്ട സി എ എ പ്രതിഷേധങ്ങളുടെ ദൃശ്യം സ്ക്രീനിൽ. അതിൽ റിപ്പോർട്ട് ചെയ്യപ്പെടുന്നതിങ്ങനെ: ''ആയിരക്കണക്കിനാളുകളാണ് ഇന്ത്യയിലെ വിവിധ സംസ്ഥാനങ്ങളിൽ ഈ ബില്ലിനെതിരെ പ്രതിഷേധിച്ച് തെരുവിലിറങ്ങിയത്. ഈ നിയമം വിവേചനപരമാണെന്നും ഇത് ഒരു വിഭാഗത്തെ ലക്ഷ്യമിട്ടുകൊണ്ടുള്ളതാണെന്നും പ്രതിഷേധക്കാർ വിളിച്ചു പറഞ്ഞുകൊണ്ടിരുന്നു.''

പാർലമെന്റിൽ അമിത് ഷാ സംസാരിക്കുന്ന ദൃശ്യം സ്ക്രീനിൽ. അദ്ദേഹം പറയുന്നു: "ഈ ബില്ല് ന്യൂനപക്ഷങ്ങളിലെ ഒരു ചെറിയ വിഭാഗത്തിനുപോലും ദോഷകരമാവില്ല, പ്രത്യേകിച്ചും ഈ രാജ്യത്ത് ജീവിക്കുന്ന മുസ്ലീം സഹോദരീ സഹോദരന്മാർക്ക് ഇത് ദോഷകരമല്ല. കാരണം ഈ ബില്ല് ആളുകൾക്ക് പൗരത്വം നൽകുകയാണ് ചെയ്യുന്നത്, ആർക്കും നിഷേധിക്കുകയല്ല."

വീണ്ടും പാർലമെന്റിന്റെ ദൃശ്യം. ചർച്ചയിൽ പങ്കെടുക്കുന്ന കോൺഗ്രസ് എം പി കപിൽ സിബൽ: "ഇവർ കൃത്യമായി ന്യൂനപക്ഷവിഭാഗങ്ങളായ മുസ്ലീങ്ങളെ ടാർഗറ്റ് ചെയ്യുകതന്നെയാണ്. നമ്മുടെ ഭരണഘടനയുടെ അടിസ്ഥാനഘടനയെത്തന്നെ ലംഘിക്കാനാണവർ ശ്രമിക്കുന്നത്. ഇത് വിഭാഗീയവും ഒരു വിഭാഗത്തെ ഒഴിവാക്കുന്നതുമാണ്."

പ്രതിഷേധപ്രകടനത്തിൽ പങ്കെടുത്തുകൊണ്ട് എ എൻ ഐ റിപ്പോർട്ടറോട് പ്രതികരിക്കുന്ന യുവതി: "അവർ ഒരു മറയുമില്ലാതെ പറയുന്നത്, മുസ്ലീങ്ങളൊഴികെയുള്ള എല്ലാ അഭയാർത്ഥികളും സ്വാഗതം ചെയ്യപ്പെടുമെന്നാണ്."

ശക്തമായി ഉയരുന്ന പ്രതിഷേധത്തിന്റെ ദൃശ്യം സ്ക്രീനിൽ. തെരുവിൽ നിറഞ്ഞൊഴുകുന്ന ജനരോഷം.

സ്ക്രീനിൽ അരുന്ധതി റോയ്: "ഒരു ജനവിഭാഗത്തെയാകെ അരക്ഷിതാവസ്ഥയിലേക്ക് തള്ളിവിട്ടിരിക്കുകയാണ്. അതുകൊണ്ട് ഭീമമായ ഈ പ്രതിഷേധപ്രകടനങ്ങളെല്ലാം ഉയർന്നുവന്നത് ഈ വികാരത്തെ അടിസ്ഥാനമാക്കിയാണ്".

പ്രതിഷേധ പ്രകടനങ്ങൾ റിപ്പോർട്ടുചെയ്യുന്ന DW ചാനലിലെ ദൃശ്യങ്ങൾ.

ചാനൽ റിപ്പോർട്ടർ: "ഇന്ത്യയിലെ ഒട്ടേറെ ആളുകൾ ഈ നിയമത്തെ മുസ്ലീംവിരുദ്ധമായാണ് കാണുന്നത്. ഇത് നിയമത്തിനു മുന്നിൽ എല്ലാവരും തുല്യരാണെന്നു പറയുന്ന ഇന്ത്യൻ ഭരണഘടനയുടെ അടി

സ്ഥാന തത്വങ്ങൾക്കെതിരാണെന്നും ആളുകൾ കാണുന്നുണ്ട്."

പ്രതിഷേധക്കാർക്കുനേരെ കണ്ണീർ വാതകം പ്രയോഗിക്കുകയും പല സ്ഥലങ്ങളിലും പ്രതിഷേധക്കാരും പൊലീസും പരസ്പരം ഏറ്റുമുട്ടുകയും ചെയ്യുന്നതിന്റെ ദൃശ്യങ്ങൾ.

സ്ക്രീനിൽ പ്രൊഫ. ക്രിസ്റ്റഫെ ജാഫ്രലോ. അദ്ദേഹം സംസാരിക്കുകയാണ്: "രാജ്യത്തെ പ്രതികരണം അതിശക്തമായിരുന്നു. അപകട സാധ്യത വളരെ വലുതായിരുന്നു. ഇത് ഇന്ത്യയുടെ അസ്തിത്വത്തെത്തന്നെ നിർവചിക്കുന്നതുമായിരുന്നു. ഇന്ത്യൻ ഭരണകൂടത്തിന്റെ അസ്തിത്വംതന്നെ അപകടത്തിലായിരിക്കുന്നു."

ഡൽഹി

ഡൽഹിയുടെ ആകാശക്കാഴ്ച സ്ക്രീനിൽ.

ഡൽഹിയിലെ പ്രതിഷേധ പ്രകടനങ്ങളുടെ ദൃശ്യം.

അവതാരക: "ഡൽഹിയിലെ അഭിമാനസ്തംഭങ്ങളായ സർവ്വകലാശാലകളിലെ വിദ്യാർത്ഥികൾ ഒത്തുകൂടുകയും പാർലമെന്റിലേക്ക് മാർച്ച് ചെയ്യുകയുമുണ്ടായി."

ജാമിയ മിലിയ ഇസ്ലാമിയ സർവ്വകലാശാലയിൽ നിന്നും സഫൂറ സർഗാർ സംസാരിക്കുന്നു: ''സി എ എയ്ക്കും എൻ ആർ സിക്കുമെതിരായ ഞങ്ങളുടെ പ്രതിഷേധം രേഖപ്പെടുത്താനാണ് ഞങ്ങൾ പാർലമെന്റിലേക്ക് മാർച്ചുചെയ്യുന്നത്. സി എ എ ഒട്ടേറെ മുസ്ലീങ്ങളെ രാജ്യരഹിതരാക്കും. അതുകൊണ്ടാണ് ഞങ്ങൾ ഇത്ര ശക്തമായി പ്രതികരിക്കുന്നത് എന്ന് നിങ്ങൾക്കറിയാമല്ലോ''.

പാർലമെന്റിലേക്ക് സമാധാനപരമായി മാർച്ചുചെയ്യുന്ന വിദ്യാർത്ഥികളെ പൊലീസ് വഴിമധ്യേ ബാരിക്കേഡുകൾ വച്ച് തടയുകയും ടിയർ ഗ്യാസ് പൊട്ടിക്കുകയും ചെയ്തു. സ്ക്രീനിൽ മാറിമറിയുന്ന പ്രതിഷേധത്തിന്റെ ദൃശ്യങ്ങൾ.

സഫൂറ സർഗാർ തുടരുന്നു: "പൊലീസുകാർ റോഡിൽ പലേടത്തും ബാരിക്കേഡുകൾ വെച്ച് വിദ്യാർത്ഥികളെ തടഞ്ഞു. അതുകൊണ്ടാണ് ചില വിദ്യാർത്ഥികൾ ബാരിക്കേഡുകൾ ചാടിക്കടക്കാൻ ശ്രമിച്ചത്. അപ്പോഴേക്കും പൊലീസ് ടിയർ ഗ്യാസ് ഷെല്ലുകൾ തുടരെത്തുടരെ പൊട്ടിച്ചു. ഒരെണ്ണം വന്നുവീണത് എന്റെ തൊട്ടു മുന്നിലാണ്. കുറച്ചുനേരത്തേക്ക് എനിക്ക് ശ്വസിക്കാൻ പോലും പറ്റിയില്ല."

സ്ക്രീനിൽ ബാരിക്കേഡുകൾ ചാടിക്കടന്ന് മുന്നോട്ടു പോകാൻ ശ്രമിക്കുന്ന ആൺകുട്ടികളുടെയും പെൺകുട്ടികളുടെയും ദൃശ്യം. ടിയർ ഗ്യാസുകൾ പൊട്ടിക്കുന്നതിന്റെയും കുട്ടികൾ ചിതറിയോടുന്നതിന്റെയും ദൃശ്യങ്ങൾ. വിദ്യാർത്ഥികൾക്കു നേരെ പൊലീസ് കല്ലേറ് നടത്തുന്നതും കാണാം.

സഫൂറ സർഗാർ

വീണ്ടും സഫൂറ: ''എന്റെ സുഹൃത്തുക്കളിലൊരാൾ ദേഹമാസകലം രക്തത്തിൽ കുളിച്ച അവസ്ഥയിലായി. ഒരു വിദ്യാർത്ഥി പ്രക്ഷോഭത്തെ ഇത്രയധികം ഭീകരമായും ക്രൂരമായും നേരിടുമെന്ന് ഞങ്ങൾ ഒരിക്കലും കരുതിയില്ല. രാജ്യത്തിന്റെ തലസ്ഥാനമായ ഡൽഹി നഗരത്തിന്റെ ഹൃദയഭാഗത്ത്, അവിശ്വസനീയമായ സാഹചര്യമാണുണ്ടായത്. ഒരു യുദ്ധമേഖലയെ അനുസ്മരിപ്പിക്കുന്നതായിരുന്നു അത്."

മുഹമ്മദ് വാസിം

കാരവൻ, ട്വിറ്റർ എന്നിവയിൽനിന്നുള്ള ദൃശ്യങ്ങൾ. പൊലീസ് ആക്രമിക്കുന്നതിന്റെയും ചിതറിയോടുന്ന വിദ്യാർത്ഥികളുടെയും ഡൽഹി തെരുവുകൾ വിദ്യാർത്ഥികളെക്കൊണ്ട് നിറയുന്നതിന്റെയും ദൃശ്യങ്ങൾ സ്ക്രീനിൽ. വിദ്യാർത്ഥികളെ ഭീകരമായി മർദ്ദിക്കുന്ന പൊലീസിന്റെയും, മർദ്ദനമേറ്റ് അവശരായ വിദ്യാർഥികളെ താങ്ങിയെടു

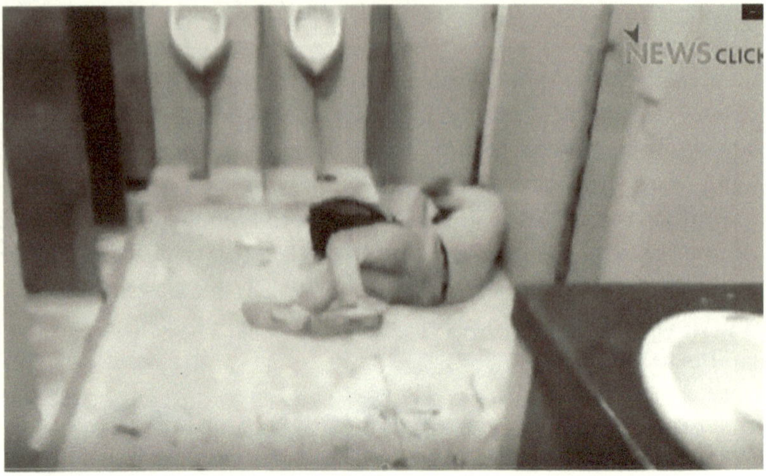

ത്തുകൊണ്ടുപോകുന്ന സഹവിദ്യാർത്ഥികളുടെയും ദൃശ്യങ്ങൾ.

അവതാരകയുടെ വാക്കുകൾ: “പൊലീസിന്റെ മർദ്ദന നടപടികൾ ശക്തിപ്പെട്ടതോടെ തെരുവിലിറങ്ങുന്ന വിദ്യാർത്ഥികളുടെ എണ്ണവും പ്രതിഷേധ പ്രകടനങ്ങളും വർദ്ധിച്ചു. തലസ്ഥാന നഗരമാകെ പ്രതിഷേധം പടർന്നുപിടിച്ചു. ക്യാമ്പസിനകത്തേക്ക് കയറാൻ പൊലീസ് തീരുമാനിച്ചു.”

സർവ്വകലാശാലയ്ക്കുള്ളിലേക്ക് ഇരച്ചുകയറി അക്രമം അഴിച്ചുവിടുന്ന പൊലീസ് ഭീകരതയുടെ സി സി ടി വി ദൃശ്യങ്ങൾ സ്ക്രീനിൽ. എങ്ങും കാക്കിപ്പടയുടെ താണ്ഡവം. ക്ലാസ് മുറികൾക്കുള്ളിലേക്ക് ഇരച്ചുകയറി കസേരയും മേശയുമുൾപ്പെടെ കാണുന്നതെല്ലാം അടിച്ചുതകർക്കുകയാണ് പൊലീസ്. എങ്ങും കുട്ടികളുടെ നിലവിളി ശബ്ദങ്ങൾ. രക്ഷനേടാനായി മേശകൾക്കും ഡസ്ക്കുകൾക്കുമെല്ലാം പിന്നിൽ ഒളിച്ചിരിക്കുന്ന കുട്ടികളെ വലിച്ചിഴച്ച് പുറത്തിട്ട് ലാത്തികൊണ്ട് തല്ലിച്ചതയ്ക്കുന്ന പൊലീസ് ഭീകരതയാണ് സ്ക്രീനിൽ നിറഞ്ഞു കാണുന്നത്. ചിതറിയോടുന്ന വിദ്യാർത്ഥികൾ.... നശിപ്പിക്കപ്പെടുന്ന പുസ്തകങ്ങൾ.....

പശ്ചാത്തലത്തിൽ സഫൂറയുടെ ശബ്ദമാണിപ്പോൾ കേൾക്കുന്നത്: “പെട്ടെന്നാണ് പൊലീസ് അകത്തേക്ക് ഇരച്ചുകയറിയത്. മനുഷ്യരെയും വസ്തുവകകളെയുമെല്ലാം അടിച്ചുതകർക്കുകയായിരുന്നു അവർ. വിദ്യാർത്ഥികൾ സഹായമഭ്യർത്ഥിച്ചുകൊണ്ട്, ദയയ്ക്കായി യാചിച്ചുകൊണ്ട് മേശകൾക്ക് പുറകിലും മറ്റും ഒളിക്കുകയായിരുന്നു. പക്ഷേ പൊലീസ് അവരെയെല്ലാം വലിച്ചു പുറത്തിട്ട് വിവേചനരഹിതമായി തല്ലിച്ചതയ്ക്കുകയായിരുന്നു.”

ഗ്ലാസ് ഷട്ടറുകൾ പൊലീസ് ആക്രമണത്തിൽ പൊട്ടിത്തകരുന്ന ശ

ബ്ദവും ദൃശ്യവും സ്ക്രീനിൽ. അടിയേറ്റ് തലപൊട്ടിയും ബോധരഹിത രായും ശുചിമുറിയിലും ഇടനാഴിയിലുമെല്ലാം വീണുകിടക്കുന്ന കുട്ടിക ളുടെ ദൃശ്യങ്ങൾ കാണാം. ടിയർ ഗ്യാസ് പ്രയോഗത്തിൽ നിന്നും പൊ ലീസിന്റെ ആക്രമണത്തിൽനിന്നും രക്ഷതേടുന്ന നിസ്സഹായരായ വിദ്യാർ ഥികളുടെ നിലവിളി ശബ്ദം.

മാധ്യമറിപ്പോർട്ടർ: ''ഡസൻ കണക്കിന് കുട്ടികളെ പ്രാദേശികാ ശുപത്രികളിലേക്ക് കൊണ്ടുപോയി."

പരിക്കേറ്റ് ആശുപത്രിയിലായ ഒരു വിദ്യാർഥിയുടെ വാക്കുകൾ (ന്യൂസ് ക്ലിക്കിൽ നിന്നുള്ള ദൃശ്യം): ''പൊലീസ് അകത്തേക്ക് കയറി വന്നു. ഞങ്ങളെയെല്ലാം വലിച്ചിഴച്ച് പുറത്തിട്ടു."

അവതാരക: ''അവർ പറയുന്നത് ഇന്ത്യയിലെ പുതിയ പൗരത്വ നി യമത്തിനെതിരായി പ്രതിഷേധിച്ചതിനാണ് പൊലീസ് തങ്ങളെ ആക്രമി ച്ചത് എന്നാണ്."

സഫൂറ സർഗാർ സ്ക്രീനിൽ: "അവർ വിദ്യാർഥികളെ ഭീകരമായി മർദ്ദിച്ചു; സർവകലാശാലയാകെ കീഴ്മേൽ മറിച്ചു. പ്രതിഷേധിക്കുന്ന ഞ ങ്ങളെ ഒരു പാഠം പഠിപ്പിക്കാനായി, ഇനിയും പ്രതിഷേധിക്കരുത് എന്ന താക്കീത് നൽകാനായി അവർ ഭീതിയുടെയും ഭീകരതയുടെയും ഒരന്ത രീക്ഷം സൃഷ്ടിച്ചു."

അവതാരക: ''പൊലീസ് പറഞ്ഞത് തങ്ങൾ ക്രമസമാധാനം പാലി ക്കാനാണ് ശ്രമിച്ചതെന്നാണ്. എന്നാൽ പൊലീസിന്റെ നടപടി കൂടുതൽ വലിയ പ്രതിഷേധങ്ങൾ ക്ഷണിച്ചുവരുത്തുകയാണുണ്ടായത്. സി എ എക്കെതിരെയും പ്രതിഷേധക്കാരെ തല്ലിക്കൊല്ലുന്ന കേന്ദ്ര സർക്കാർ ന യത്തിനെതിരെയും രാജ്യത്തുടനീളം പ്രതിഷേധങ്ങൾ അലയടിച്ചുയരു ന്നതായാണ് തുടർന്ന് നാം കാണുന്നത്."

റിപ്പോർട്ടർ: "ഡൽഹിയിൽനിന്നും പ്രക്ഷോഭം കൊൽക്കത്ത, മും ബൈ എന്നിങ്ങനെ രാജ്യമാകെ ശക്തമായി പടർന്നുപിടിച്ചു. മുസ്ലീം കു ടിയേറ്റക്കാർക്കെതിരെ വിവേചനം പുലർത്തുന്ന നിയമത്തിനെതിരെയും രാജ്യം ഭരിക്കുന്ന ദേശീയവാദികളായ നേതൃത്വത്തിനെതിരെയും അഭൂ തപൂർവമായ എതിരഭിപ്രായമാണ് രാജ്യത്തുടനീളം പ്രകടമാക്കപ്പെട്ടുകൊ ണ്ടിരിക്കുന്നത്."

ചാനൽ റിപ്പോർട്ടർ: "പ്രതിഷേധം രാജ്യത്തുടനീളം രൂക്ഷമായി പ ടർന്നുപിടിക്കുകയാണ്. ഇപ്പോഴത് അഖിലേന്ത്യാ സ്വഭാവമുള്ള പ്രക്ഷോ ഭമായി മാറിക്കഴിഞ്ഞു. ഇന്ത്യയിലുടനീളം പ്രധാനനഗരങ്ങളിലെല്ലാം പ്ര തിഷേധം ശക്തമായി തുടരുന്നു".

മറ്റൊരു റിപ്പോർട്ടർ: "പ്രധാനമായും ഇത് രാജ്യത്തെ ഏറ്റവും വലിയ ന്യൂനപക്ഷ വിഭാഗമായ മുസ്ലീങ്ങളോട് വിവേചനം കാണിക്കുന്നതെന്ന് പലരും കരുതുന്ന ഒരു നിയമത്തിനെതിരെയാണ്".

ബിബിസി അവതാരക: ''ഡൽഹിയിൽ പ്രതിഷേധക്കാർ നഗരത്തിന്റെ പല ഭാഗങ്ങളും പിടിച്ചടക്കി കുത്തിയിരുന്നു. പുതിയ നിയമം റദ്ദാക്കപ്പെടുന്നതുവരെ തങ്ങൾ പിരിഞ്ഞുപോകില്ലെന്ന് പ്രതിഷേധക്കാർ പറഞ്ഞു. സഫൂറ സർഗാറും ആ കൂട്ടത്തിലുണ്ടായിരുന്നു.''

'വിപ്ലവം ജയിക്കട്ടെ', 'ആസാദി, ആസാദി' തുടങ്ങിയ മുദ്രാവാക്യങ്ങൾ മുഴക്കിയായിരുന്നു അവർ ഓരോ സ്ഥലത്തും കുത്തിയിരുന്നത്. ഗണ്യമായത്ര സ്ത്രീ പങ്കാളിത്തംകൊണ്ട്, ചെറുപ്പക്കാരുടെ പങ്കാളിത്തംകൊണ്ട് ശ്രദ്ധേയമായിരുന്നു ഈ അഭൂതപൂർവമായ പ്രതിഷേധം.

സഫൂറ സർഗാർ: ''എൻ ആർ സിയുടെയും സി എ എയുടെയും അനന്തരഫലങ്ങളെക്കുറിച്ച് ജനങ്ങൾ കൂടുതൽ കൂടുതൽ മനസ്സിലാക്കുന്നതോടെ ഈ പ്രതിഷേധങ്ങൾ വലിയൊരു ജനമുന്നേറ്റമായി മാറുകയാണെന്ന് എനിക്ക് തോന്നുന്നു.''

സ്വപൻ ദാസ് ഗുപ്ത: ''എന്നെ അന്ധാളിപ്പിക്കുന്ന കാര്യം ഡൽഹി പോലെയുള്ള സ്ഥലങ്ങളിൽ മുസ്ലീങ്ങളുടെ ഗണ്യമായ പങ്കാളിത്തത്തോടുകൂടി പ്രക്ഷോഭം നടക്കുന്നുവെന്നതാണ്. ഡൽഹിയിൽ ദീർഘകാലമായി മുസ്ലീങ്ങൾ തിങ്ങിപ്പാർക്കുന്നുണ്ട്. അതുകൊണ്ട് അവരുടെ വലിയതോതിലുള്ള പങ്കാളിത്തം സൂചിപ്പിക്കുന്നത് കേവലം സി എ എയോടുള്ള അവരുടെ പ്രതിഷേധം മാത്രമല്ല. കഴിഞ്ഞ 7–8 വർഷമായി രാജ്യത്തിന്റെ രാഷ്ട്രീയസംവിധാനത്തിൽ അതേവരെ അവർക്കുണ്ടായിരുന്ന പിടി അയഞ്ഞുപോയതിലുള്ള മുസ്ലീം പ്രതിഷേധമായും കാണണം.''

''ഞങ്ങൾക്കൊപ്പം അണിചേരൂ; പ്രതിഷേധത്തിൽ പങ്കാളികളാകൂ'' എന്ന ഉറക്കെയുള്ള മുദ്രാവാക്യംവിളികളാൽ മുഖരിതമായ പ്രതിഷേധക്കാരുടെ ഒരു ക്യാമ്പ് സ്ക്രീനിൽ കാണുന്നു. മഹാഭൂരിപക്ഷവും സ്ത്രീകളാണ്, അതും ചെറുപ്പക്കാർ. ദേശീയപതാകയേന്തിയാണ് അവരുടെ പ്രതിഷേധം.

ബി ബി സി അവതാരക: ''തീവ്രവാദ ചിന്താഗതിക്കാരായ ഹിന്ദു പുരോഹിതർ മുസ്ലീം പ്രതിഷേധക്കാർക്കെതിരെ ഭീഷണി ഉയർത്താൻ തുടങ്ങി.''

ഹിന്ദു തീവ്രവാദികളുടെ ഒരു യോഗത്തിൽ ഒരാൾ പ്രസംഗിക്കുന്ന ദൃശ്യം (2020 ൽ ഡൽഹിയിൽ നടന്നത്). അയാളുടെ വിഷം ചീറ്റൽ; "ഇങ്ങനെ വലിയ തോതിൽ ഇവിടെ തടിച്ചുകൂടിയിരിക്കുന്ന ഈ മുസ്ലീങ്ങളെല്ലാം അറിയേണ്ട കാര്യം ഇതേപോലെ ഞങ്ങളും പുറത്തിറങ്ങുന്ന ദിവസം എന്താണ് സംഭവിക്കാൻ പോകുന്നതെന്നാണ്.''

മറ്റൊരു കാവിവേഷധാരിയുടെ വാക്കുകൾ: ''ഇസ്ലാമെന്ന് വിളിക്കപ്പെടുന്ന തിന്മയെ ഉന്മൂലനം ചെയ്യാതെ നമുക്കെങ്ങനെ അതിജീവിക്കാനാകും?''

വീണ്ടും ബി ബി സി അവതാരക: ''മോദിയുടെ അനുയായികൾ മുസ്ലീങ്ങളായ പ്രതിഷേധക്കാർക്കെതിരെ തങ്ങളുടേതായ പ്രകടനങ്ങളുമായി തെരുവിലിറങ്ങാൻ തുടങ്ങി''. 2020 ഫെബ്രുവരി 24 ലെ ദൃശ്യം സ്ക്രീനിൽ. 'മോദി', 'മോദി'യെന്ന ആർപ്പുവിളികൾ.

അരുന്ധതിറോയി: ''പ്രതിഷേധങ്ങൾ മൂന്നുമാസം പിന്നിടാറാകുന്ന തോടുകൂടി ബി ജെ പിയുടെ പ്രമുഖരായ സീനിയർ നേതാക്കൾ തന്നെ രംഗത്തിറങ്ങുകയും പ്രതിഷേധക്കാരെ വെല്ലുവിളിക്കുകയും ചെയ്യുന്നതാണ് നാം കാണുന്നത്.''

ബി ബി സി അവതാരക: "നരേന്ദ്രമോദിയുടെ ഇന്ത്യ മുൻപൊരിക്കലും കാണാത്ത വിധം വിഭജിക്കപ്പെട്ടിരിക്കുന്നതായിതോന്നുന്നു; എന്നാൽ പൊരുതാൻ കച്ചകെട്ടി നിൽക്കുന്ന പ്രധാനമന്ത്രിക്ക് അപ്രതീക്ഷിതമായ ഒരു കോണിൽനിന്ന് പിന്തുണ ലഭിച്ചു."

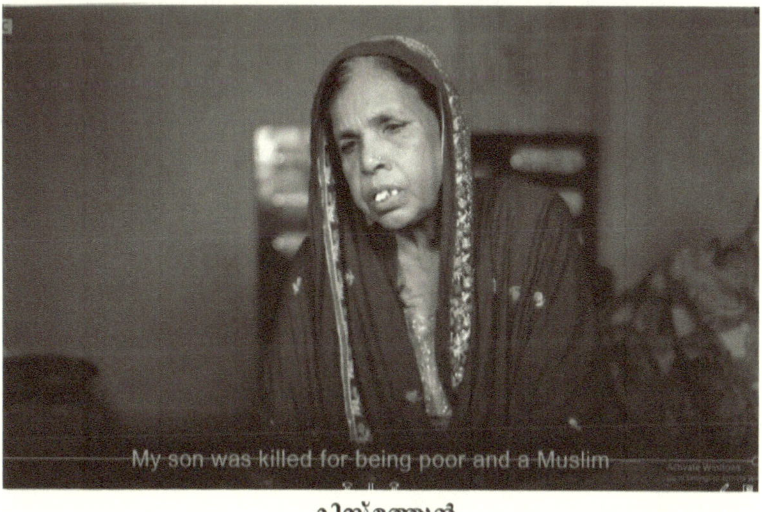

കിസ്മത്തൂൻ

ഗുജറാത്ത്
2020 ഫെബ്രുവരി 24

നമസ്തേ ട്രംപ് എന്ന പേരിൽ ഗുജറാത്തിൽ അമേരിക്കൻ പ്രസിഡന്റ് ട്രംപിന് മോദി നൽകിയ സ്വീകരണ പരിപാടിയുടെ ദൃശ്യം. ആർത്തുവിളിക്കുന്ന സദസ്യർ. സ്വാഗത പ്രസംഗത്തിനായി പ്രധാനമന്ത്രി നരേന്ദ്രമോദി ക്ഷണിക്കപ്പെടുന്നു. മോദിയുടെ വാക്കുകൾ: ''സുഹൃത്തുക്കളേ, ഞാൻ എന്റെ ഈ സുഹൃത്തിനെ, ഇന്ത്യയുടെ സുഹൃത്തിനെ, യുണൈറ്റഡ് സ്റ്റേറ്റ്സ് ഓഫ് അമേരിക്കയുടെ പ്രസിഡന്റ് മി. ഡൊണാൾഡ് ട്രംപിനെ നമസ്തേ പറഞ്ഞ് സ്വീകരിക്കുന്നു. നാമെല്ലാം എണീറ്റുനിന്ന് നമസ്തേ പറഞ്ഞ് ട്രംപിനെ ആദരിക്കണം.'' സദസ്യർ ആർപ്പുവിളികളോടെ അതേറ്റു വിളിക്കുന്നു. ട്രംപും നമസ്തേ പറയുന്നു. സദസ്യരുടെ കയ്യടി!

ട്രംപിന്റെ വാക്കുകൾ: ''ഏറെ സവിശേഷതയുള്ള ഈ നേതാവിന്, ഇന്ത്യയുടെ മഹാനായ ഈ അഭ്യുദയകാംക്ഷിക്ക്, രാപകൽ ഭേദമില്ലാതെ തന്റെ രാജ്യത്തിനായി പണിയെടുക്കുന്ന ഈ മനുഷ്യന്, എന്റെ യഥാർഥ സുഹൃത്തെന്ന് വിളിക്കാൻ ഞാൻ ആഗ്രഹിക്കുന്ന പ്രധാനമന്ത്രി നരേന്ദ്രമോദിക്ക് അഗാധമായ നന്ദി രേഖപ്പെടുത്തിക്കൊണ്ട് ഞാൻ തുടങ്ങട്ടെ! ദശലക്ഷക്കണക്കിനുവരുന്ന ഹിന്ദുക്കളും മുസ്ലീങ്ങളും തോളോടു തോളുരുമ്മിനിന്ന് സൗഹൃദത്തോടെ ആരാധന നടത്തുന്ന, പ്രാർഥിക്കുന്ന ഒരിടമെന്ന നിലയിലാണ് ലോകത്തുടനീളം നിങ്ങളുടെ ഈ രാജ്യം ആദരിക്കപ്പെടുന്നത്; നിങ്ങൾക്കിടയിലുള്ള ഈ ഐക്യമാണ് ലോകത്തിനാകെ ആവേശം പകരുന്നത്. ഞങ്ങൾ നിങ്ങളെ സ്നേഹിക്കുന്നു; ഞങ്ങൾ ഇന്ത്യയെ വളരെയേറെ സ്നേഹിക്കുന്നു, നന്ദി!

സദസ്സിന്റെ ആർപ്പുവിളി. മോദിയും ട്രംപും കൈകോർത്ത് സദസ്സിനെ അഭിവാദ്യം ചെയ്യുന്നു.

ഡൽഹി

ജനക്കൂട്ടം ചേരിതിരിഞ്ഞ് ഏറ്റുമുട്ടുന്നതിന്റെ ദൃശ്യങ്ങൾ. പലേടത്തു നിന്നും തീയും പുകയും ഉയരുന്നതും കാണാം. ടിയർ ഗ്യാസ് ഷെല്ലുകൾ പൊട്ടിക്കുന്നതുപോലെയുള്ള വെടിയൊച്ചകൾ ഉയരുന്നതും കേൾക്കാം. ആൾക്കൂട്ടത്തിൽ പലരുടെയും കൈവശം കമ്പും വടികളും കാണാം. പൊലീസ് അടുത്തെങ്ങും ഉള്ളതായി കാണുന്നില്ല. (വിവിധ ഇന്ത്യൻ ദൃശ്യമാധ്യമങ്ങളിൽ അക്കാലത്തുവന്ന റിപ്പോർട്ടുകളിൽനിന്നാണ് ബി ബി സി ഈ ഭാഗത്തെ ഡോക്യുമെന്ററി തയ്യാറാക്കാൻ ഉപയോഗിച്ചത് എന്ന് സൂചിപ്പിക്കുന്നുണ്ട്)

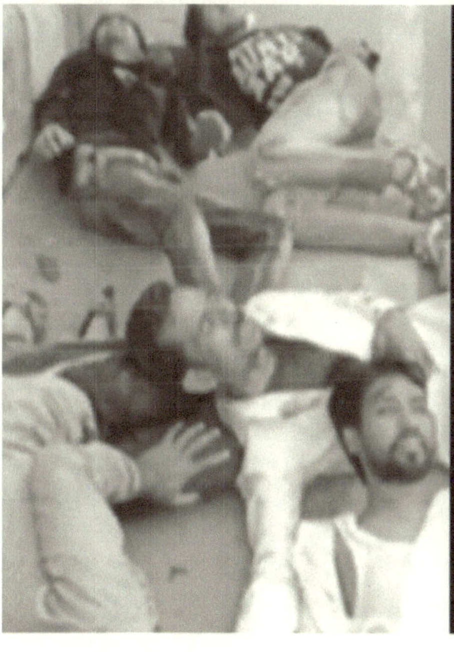

റിപ്പോർട്ടർ: "സി എ എ വിരുദ്ധ പ്രതിഷേധക്കാരും സി എ എ അനുകൂല പ്രതിഷേധക്കാരും തമ്മിലുള്ള ഏറ്റുമുട്ടൽ വ്യാപകമായ അക്രമത്തിലേക്കും അരാജകത്വത്തിലേക്കും നീങ്ങുന്നു; ഞങ്ങളിത് റിപ്പോർട്ട് ചെയ്യുമ്പോൾ സ്ഥിതി വഷളായിരിക്കുകയാണ്. അക്രമവും അരാജകത്വവും അനിയന്ത്രിതമായി തുടരുന്നു. എന്തും സംഭവിക്കാവുന്ന അവസ്ഥ. ഇരുപക്ഷവും ഏറ്റുമുട്ടുകയാണ്. വീണ്ടും വൻതോതിലുള്ള കല്ലേറ് തുടരുന്നു."

സ്ക്രീനിൽ ആക്രമണങ്ങളുടെയും കല്ലേറിന്റെയും ദൃശ്യങ്ങൾ. 'കൊല്ലു, അവന്മാരെ കൊല്ലു', 'ഹിന്ദുസ്ഥാൻ ഞങ്ങളുടേതാണ്' എന്നിങ്ങനെയുള്ള മുറവിളികൾ കേൾക്കാം. ചില ചെറുപ്പക്കാരെ വളഞ്ഞിട്ട് തല്ലിച്ചതയ്ക്കുന്നതും കാണാം.

വീണ്ടും റിപ്പോർട്ടർ: "രാജ്യതലസ്ഥാനം ഒരു യുദ്ധഭൂമിയായിരിക്കുകയാണ്. ഹിന്ദുക്കളും മുസ്ലീങ്ങളും തമ്മിലുള്ള അക്രമാസക്തമായ ഏറ്റുമുട്ടലുകൾ നഗരത്തെ പിടിച്ചുകുലുക്കിയിരിക്കുകയാണ്".

ഒരു ചെറുപ്പക്കാരൻ സ്വന്തം അനുഭവം വിശദീകരിക്കുന്നു: ''എന്റെ ഉമ്മ പ്രതിഷേധത്തിൽ പങ്കെടുക്കാൻ പോയിരുന്നു; ഞാൻ അവരെ അ

ന്വേഷിച്ചുപോയി. ഞാൻ അവിടെ എത്തിയപ്പോൾ കണ്ടത്, ആകെ കുഴപ്പം പിടിച്ച ഒരവസ്ഥയാണ്. വലിയ തിക്കും തിരക്കുമായിരുന്നു അവിടെ – ഉന്തും തള്ളും; അതിൽപെട്ട് ഞാൻ തറയിൽ വീണു."

മുഹമ്മദ് വസീം എന്ന ആ ചെറുപ്പക്കാരൻ തുടരുന്നു:

''അവർ എന്നെ പിടിച്ച് ഇവിടെ കൊണ്ടുവന്ന് ഈ തറയിലിട്ടു."

ചൂടുപിടിച്ച വാഗ്വാദങ്ങൾ. ഒന്നും വ്യക്തമായി കേൾക്കാനാവുന്നില്ല. ആളുകളെ വടികൊണ്ടടിക്കുന്നതിന്റെയും നിലവിളിയുടെയും ഒച്ചകൾ.

''ഞങ്ങളെല്ലാം ഇന്ത്യൻ പൗരന്മാർ തന്നെയാണ്.'' മറുവശത്തെ ശബ്ദം ''പക്ഷേ, നീ കല്ലെറിയുന്നതു ഞാൻ കണ്ടെടാ... പു..... മോനേ'' (തെറി വിളി)

മുഹമ്മദ് വസീം: ''പൊലീസുകാർ ഞങ്ങളെ തല്ലുകയായിരുന്നു. ഞങ്ങളിൽ അഞ്ചുപേരെ തല്ലുകയാണ്. പൊലീസുകാർതന്നെ തങ്ങളുടെ മൊബൈലിൽ ഈ ദൃശ്യങ്ങൾ പകർത്തുന്നു. തറയിൽ കിടന്ന് തല്ലു കൊള്ളുന്ന ചെറുപ്പക്കാരുടെ ദൃശ്യങ്ങൾ."

വസീം തുടരുന്നു: "അവർ (പൊലീസുകാർ) ഞങ്ങളെ റൈഫിളും കമ്പികളും വടികളും കൊണ്ടാണ് തല്ലിയത്. അവർ ഞങ്ങളെ തല്ലിക്കൊല്ലുമെന്ന് തോന്നി. ഞങ്ങൾ അടികൊണ്ടവശരായി തറയിൽ കിടക്കുമ്പോൾ ദേശീയഗാനം ആലപിക്കാൻ അവർ ഞങ്ങളോട് പറഞ്ഞു."

ശാന്തമായി, പതിഞ്ഞ ശബ്ദത്തിൽ അവൻ ദേശീയഗാനം ആലപിക്കുന്നു.

വീണ്ടും വസീമിന്റെ വാക്കുകൾ: ''അവർ കരുതിയത് മുസ്ലീങ്ങൾക്ക്

ദേശീയഗാനം അറിയില്ലെന്നാണ്. പക്ഷേ ഞങ്ങളിവിടെയാണ് ജീവിച്ചത്, ഈ മണ്ണിലാണ് ഞങ്ങൾ വളർന്നത്; ഞങ്ങൾക്ക് നന്നായി ദേശീയഗാനം അറിയാം. ഇതൊന്ന് (തല്ലുന്നത്) നിർത്താൻ ഞാനവരോട് ആവശ്യപ്പെട്ടുകൊണ്ടിരുന്നു. ദേശീയഗാനം പാടിയിട്ടും അവർ അടി നിർത്തിയില്ല."

പരുക്കൻ ശബ്ദത്തിൽ ഗാനാലാപനം. പൊലീസ് തുടർച്ചയായി തല്ലിക്കൊണ്ടിരിക്കുന്നു. പ്രതിഷേധക്കാരുടെ ആർത്തനാദം ഉയരുന്നു. ഒപ്പം 'ആസാദി, ആസാദി' വിളികളും.

വസീം തുടരുന്നു: ''എന്റെ അവസ്ഥ കൂടുതൽ വഷളായിക്കൊണ്ടിരുന്നു. എനിക്ക് തലചുറ്റൽ അനുഭവപ്പെട്ടു; എനിക്ക് തീരെ വയ്യാതായി എന്നുതോന്നി. ശരീരമാകെ വേദനകൊണ്ട് പുളയുകയായിരുന്നു."

തല്ലുകൊണ്ട് നീരുവന്ന് വീർത്തിരിക്കുന്ന കൈകാലുകളുടെ ദൃശ്യം സ്ക്രീനിൽ. പിന്നിൽ കൈ കെട്ടി പുറംതിരിഞ്ഞ് ചിന്താമഗ്നനായി നിൽക്കുന്ന മുഹമ്മദ് വസീമിന്റെ ദൃശ്യം സ്ക്രീനിൽ.

വസീമിന്റെ വാക്കുകൾ: ''ഞങ്ങളെ അവർ ജ്യോതിനഗർ പൊലീസ് സ്റ്റേഷനിലേക്ക് കൊണ്ടുപോയി. പത്ത് – പതിനഞ്ച് മിനിറ്റുകൾക്കുശേഷം ഫൈസാനെയും എന്നെയും ഒരുമിച്ചാക്കി. അവനെ അവർ അകത്തേക്ക് തള്ളുകയായിരുന്നു; അവൻ തറയിൽ വന്ന് വീണു. അവന്റെ തലയിൽ ബാൻഡേജ് കെട്ടിയിരുന്നു; അവന്റെ വസ്ത്രങ്ങളാകെ രക്തത്തിൽ കുളിച്ചിരുന്നു. അവൻ എവിടെയായിരുന്നുവെന്ന് അവനറിയില്ല. സ്വന്തം കാലിൽ നേരെ നിവർന്നുനിൽക്കാൻ അവനു കഴിയുമായിരുന്നില്ല." സ്ക്രീനിൽ ഫൈസാന്റെ വീടിനകം. ഫൈസാന്റെ ഉമ്മ കിസ്മത്തുൻ സംസാരിക്കുന്നു. ചുവരിൽ ഫൈസാന്റെ ചിത്രം. ''ആ ദിനം എനിക്കൊരിക്കലും മറക്കാനാവില്ല. അവൻ അത്രയ്ക്ക് നല്ല കുട്ടിയായിരുന്നു. ഫൈസാന് 23 വയസ്സായിരുന്നു; തയ്യൽക്കാരനായിട്ടാണ് അവൻ പണിയെടുത്തിരുന്നത്. എന്റെ മകനെ ഞങ്ങൾക്ക് വീട്ടിൽ കാണാൻ കിട്ടിയല്ലോ; പക്ഷേ, അവന്റെ അവസ്ഥ വളരെ മോശമായിരുന്നു. അവന് ഇരിക്കാനോ നിൽക്കാനോ നടക്കാനോ കഴിയുമായിരുന്നില്ല."

ഫൈസാന്റെ ചിത്രങ്ങളും ആധാർ കാർഡും ആ ഉമ്മ കാണിക്കുന്ന ദൃശ്യം സ്ക്രീനിൽ. ഈ പശ്ചാത്തലത്തിൽ അവന്റെ ഉമ്മ തുടരുന്നു: ''ഞങ്ങളവനെ വീട്ടിനുള്ളിലേക്ക് കൊണ്ടുവന്നു. അവന്റെ വസ്ത്രങ്ങളിലാകെ ചോരപുരണ്ടിരുന്നു. ശരീരത്തിലാകമാനം നീണ്ട വടികൊ

ണ്ട് തല്ലുകൊണ്ടതിന്റെ പാടുകൾ കാണാമായിരുന്നു. അവന്റെ ശരീരമാകെ കറുത്ത് കരുവാളിച്ചിരുന്നു. നേരം വെളുത്തപ്പോൾ തന്നെ ഞാനവനെ ഒരു ഡോക്ടറുടെ അടുത്ത് കൊണ്ടുപോയി. ആ ഡോക്ടർ പറഞ്ഞത്, എത്രയും പെട്ടെന്ന് അവനെ ആശുപത്രിയിലെത്തിക്കാനാണ്; രക്ഷപ്പെടുത്താൻ കഴിയുമോയെന്നത് സംശയമാണെന്നും ഡോക്ടർ പറഞ്ഞു. അവൻ എന്നെ 'ഉമ്മാ, ഉമ്മാ' എന്ന് വിളിച്ച് കരയുകയായിരുന്നു; അവൻ തന്റെ സഹോദരന്റെ കൈ കവർന്നെടുത്തു; എന്നിട്ട് പറഞ്ഞു- എന്നെ തനിച്ചാക്കരുതേയെന്ന്, എന്നെ വിട്ടുപോകരുതേയെന്ന്."

ഇതെല്ലാം പറയുമ്പോൾ ആ ഉമ്മ ഏങ്ങലടിച്ച് പൊട്ടിക്കരയുകയായിരുന്നു. കണ്ണീർ തുടയ്ക്കാൻ വൃഥാ ശ്രമിച്ചുകൊണ്ട് അവർ തുടർന്നു:

''അധികം കഴിയുംമുൻപ് അവൻ മരിച്ചു."

ബി ബി സി അവതാരക: ''ഫൈസാനെ തല്ലുന്നതിന്റെ വീഡിയോ വൈറലായി. ഈ മുസ്ലീം ചെറുപ്പക്കാരനെ പൊലീസ് തല്ലിക്കൊല്ലുകയായിരുന്നു. മരിക്കുമ്പോൾ ഫൈസാന് 23 വയസ്സേ ഉണ്ടായിരുന്നുള്ളൂ."

അരുന്ധതിറോയി: ''ആ വീഡിയോകണ്ടപ്പോൾ ഞാൻ ശരിക്കും ചിന്തിച്ചത് നമ്മൾ എന്തൊരു അറപ്പുളവാക്കുന്ന സമൂഹമാണെന്നാണ്- എന്തൊരു അറപ്പുളവാക്കുന്ന സമൂഹം!''

വീണ്ടും കലാപത്തിന്റെ ദൃശ്യങ്ങൾ സ്ക്രീനിൽ. ഒരു ചെറുപ്പക്കാരൻ ഒരു മോസ്ക്കിന്റെ മിനാരത്തിൽ കയറി അതെല്ലാം അടിച്ചു തകർക്കുന്ന ദൃശ്യവും കാണാം.

ബി ബി സി അവതാരകയുടെ ശബ്ദം: ''കലാപം ആറ് ദിവസം നീണ്ടുനിന്നു. ഭരണകൂടം ഇന്ത്യയിലെ എല്ലാ മനുഷ്യരെയും സംരക്ഷിക്കുമെന്നാണ് നാം പ്രതീക്ഷിക്കുക. പക്ഷേ, ഇവിടെ നാം കാണുന്നത് ഹിന്ദുക്കൾക്കൊപ്പം ചേർന്ന് പൊലീസുകാരും മുസ്ലീങ്ങൾക്കുനേരെ കല്ലേറിയുന്നതാണ്. കഴിഞ്ഞ നിരവധി ആഴ്ചത്തെ കലാപത്തിനുശേഷം ഇതുപോലുള്ള വീഡിയോകൾ പ്രത്യക്ഷപ്പെടുന്നുണ്ട്''.

ഹിന്ദുക്കൾക്കൊപ്പം ചേർന്ന് പൊലീസുകാരും കല്ലേറിയുന്ന വീഡിയോ ദൃശ്യം സ്ക്രീനിൽ; ഇടിച്ച് തകർക്കപ്പെട്ട വീടുകളുടെയും കടകളുടെയും ദൃശ്യങ്ങൾ.

ബി ബി സി അവതാരക തുടരുന്നു: ''കലാപത്തിൽ 500 ആളുകൾക്ക് പരിക്കേറ്റു. 53 പേർ കൊല്ലപ്പെട്ടു. കൊല്ലപ്പെട്ടവരിൽ മൂന്നിൽ രണ്ടുപേരും മുസ്ലീങ്ങളാണെന്നാണ് റിപ്പോർട്ടുകൾ സൂചിപ്പിക്കുന്നത്. ആംനെസ്റ്റി ഇന്റർനാഷണൽ നടത്തിയ ഒരന്വേഷണത്തിൽ വ്യക്തമായത് പൊലീസ് ഗുരുതരമായ മനുഷ്യാവകാശ ലംഘനങ്ങൾ നടത്തിയതായാണ്; പ്രതിഷേധക്കാർക്കുനേരെ മോശമായി പെരുമാറിയതാണ്, പീഡനങ്ങളും ഏകപക്ഷീയവും അമിതവുമായ ബലപ്രയോഗങ്ങളും നടത്തിയതായാണ്; മാത്രമല്ല, കലാപത്തിൽ പൊലീസുകാരും സജീവമായി പങ്കുചേരുന്നതായും

ആംനെസ്റ്റി കണ്ടെത്തി."

ആകാർ പട്ടേൽ: "ഡൽഹി കലാപത്തെ സംബന്ധിച്ച ആംനെസ്റ്റി റിപ്പോർട്ട് വ്യക്തമാക്കുന്നത് പൊലീസ് വേണ്ടവിധത്തിൽ പ്രവർത്തിച്ചില്ലെന്നാണ്; അവർ പ്രവർത്തിച്ച ഇടങ്ങളിലാകട്ടെ കുറ്റവാളികൾക്കെതിരെയല്ല അവർ നടപടിയെടുത്തത്; പലപ്പോഴും കലാപത്തിലേർപ്പെട്ടവർ അതിനിരയായവരാണെന്നാണ് പൊലീസ് പറഞ്ഞത്. ഈ നടപടികളെക്കുറിച്ച് ശരിയായ വിധത്തിൽ കൃത്യമായ ഒരന്വേഷണം നടക്കണമെന്ന് ഞങ്ങൾ ആവശ്യപ്പെട്ടിരുന്നു. എന്നാൽ ഇതേവരെ അങ്ങനെയൊരന്വേഷണം നടന്നിട്ടില്ല."

അവതാരക: "ഡൽഹി പൊലീസ് പറയുന്നത്, ആംനെസ്റ്റി റിപ്പോർട്ട് പൊലീസിനെതിരായ ഏകപക്ഷീയവും പക്ഷപാതപരവുമായ ഒന്നാണെന്നാണ്.മനുഷ്യാവകാശ ലംഘനങ്ങളെ സംബന്ധിച്ചുള്ള ആംനെസ്റ്റിയുടെ കേസ് പൊലീസിനെതിരെ വിദ്വേഷജനകമായവിധം കാര്യങ്ങൾ അവതരിപ്പിക്കുന്നതാണ് എന്നാണ് ഡൽഹി പൊലീസിന്റെ ഭാഷ്യം."

സ്വപൻ ദാസ് ഗുപ്ത: "കാര്യങ്ങളെ വിശാലമായി കണ്ടാൽ, ഡൽഹി കലാപം അത്ര പ്രധാനപ്പെട്ട ഒന്നല്ല എന്നു മനസ്സിലാകും. എന്നാൽ മാധ്യമങ്ങളെ സംബന്ധിച്ചിടത്തോളം അവർ അതിനു വലിയ പ്രാധാന്യമാണ് കൽപിക്കുന്നത്. കാരണം കുറച്ചു പണിയെടുത്ത് വലിയ ശ്രദ്ധ പിടിച്ചെടുക്കാൻ കഴിയുമെന്നതാണ്, വീട്ടുപടിക്കൽ നിന്നുകൊണ്ടുതന്നെ ചെയ്യാവുന്ന കാര്യം."

അവതാരക: "അസിമിനെനും ഫൈസാനെയും മർദ്ദിച്ചതു സംബന്ധിച്ച് പൊലീസിനെതിരെ ഇതേവരെ കേസൊന്നുമെടുത്തിട്ടില്ല; ഒരു പൊലീസുദ്യോഗസ്ഥനെതിരെയും കുറ്റപത്രം നൽകിയിട്ടുമില്ല. ഡൽഹി പൊലീസ് പറയുന്നത്, അന്വേഷണം തുടരുന്നു എന്നാണ്".

കിസ്മത്തുൻ: "എന്റെ മകന് ഇതേവരെ നീതി ലഭിച്ചില്ല. ഒരു കാരണവും കൂടാതെയാണ് പൊലീസുകാർ അവനെ തല്ലിക്കൊന്നത്. ആ വീഡിയോ ഉണ്ടായിരുന്നില്ലായെങ്കിൽ അവനെ കൊന്നത് മറ്റാരോ ആണെന്ന് അവർ പറയുമായിരുന്നു. എന്തുകൊണ്ടാണ് ഒരു പൊലീസുകാരനെയും ഇതേവരെ അറസ്റ്റു ചെയ്യാത്തത്?"

അവതാരക: "രണ്ടായിരത്തിലേറെ ആളുകളെയാണ് കലാപത്തിന്റെ പേരിൽ പൊലീസ് അറസ്റ്റു ചെയ്തത്. അറസ്റ്റു ചെയ്യപ്പെട്ടവരിൽ ഹിന്ദുക്കളും മുസ്ലീങ്ങളുമുണ്ട്. ആഴ്ചകൾക്കുശേഷം കലാപത്തിന് നേതൃത്വം കൊടുത്തവരായി പറയപ്പെടുന്നവരെ അറസ്റ്റുചെയ്യാനുള്ള പ്രവർത്തനങ്ങളാരംഭിച്ചു."

സ്ക്രീനിൽ സഫൂറ സർഗാർ. അവർ പറയുന്നു: "ഏപ്രിൽ 10 ന് ഡോർ ബെല്ലടിച്ചു. എന്റെ ഭർത്താവ് വന്ന് എന്നോട് പറഞ്ഞു, ചില ആളുകൾ എന്നോട് ചില ചോദ്യങ്ങൾ ചോദിക്കാൻ വന്നിരിക്കുന്നു എന്ന്.

ഏഴെട്ട് പൊലീസുകാരാണ് കടന്നുവന്നത്. ബാഗുകളെല്ലാം എടുത്തു കൊണ്ട് ഇറങ്ങാൻ അവരെന്നോടു പറഞ്ഞു. എന്നെ അറസ്റ്റുചെയ്യുമെന്ന് തീരെ പ്രതീക്ഷിച്ചിരുന്നില്ല. അവരെന്നെ കൊണ്ടുപോയി. പോകുന്ന വഴി റോഡുകൾ പൂർണമായും വിജനമായിരുന്നു. ഒരൊറ്റയാളെയും വഴിയിലൊന്നും കാണാനില്ലായിരുന്നു. അതൊരു ഭീകരമായ അവസ്ഥയായിരുന്നു, ഒറ്റയ്ക്കാക്കപ്പെട്ടിരിക്കുന്നു എന്ന ചിന്ത. വിദ്വേഷ പ്രസംഗം, കലാപമുണ്ടാക്കൽ, ക്രിമിനൽ ഗൂഢാലോചന, കൊലപാതകശ്രമം ഇതെല്ലാമായിരുന്നു എനിക്കെതിരെ ചാർത്തപ്പെട്ട കുറ്റങ്ങൾ. പരമാവധി ശിക്ഷ ജീവപര്യന്തം തടവാണ്."

തിഹാർ ജയിലിനുമുന്നിൽ നിൽക്കുന്ന സഫൂറ സർഗാർ. അവർ തുടരുന്നു: "ഇതാണ് തിഹാർ ജയിൽ. ഇന്ത്യയിലെ കൊടുംകുറ്റവാളികളെ തടവിലിടുന്നതിവിടെയാണ്. ഇവിടെയാണ് എന്നെ തടവിലിട്ടത്."

അവതാരക: "മുസ്ലീം വിദ്യാർത്ഥിയായ സഫൂറ അറസ്റ്റു ചെയ്യപ്പെട്ടു. അവർക്കെതിരെ കുറ്റം ചുമത്തപ്പെട്ടത് നിയമവിരുദ്ധ പ്രവർത്തനം തടയൽ നിയമം അഥവാ യു എ പി എ എന്ന പേരിൽ അറിയപ്പെടുന്ന ഭീകരവിരുദ്ധ നിയമത്തിലെ വ്യവസ്ഥപ്രകാരമാണ്."

സ്ക്രീനിൽ നിലഞ്ജൻ മുഖോപാധ്യായ. അദ്ദേഹം പറയുന്നു: "മോദി രണ്ടാം തവണ പ്രധാനമന്ത്രിയായതിനുശേഷം ആദ്യം ചെയ്തത്, യു എ പി എ നിയമം ഭേദഗതി ചെയ്യലായിരുന്നു. ഈ പുതിയ നിയമം വ്യക്തികളെ ഭീകര പ്രവർത്തകരായി മുദ്രകുത്താൻ ഗവൺമെന്റിന് അവസരം നൽകുന്നു. ഇത് സംഘടനകളെ ഭീകര സംഘടനയായി പ്രഖ്യാപിക്കുന്നതിൽനിന്നും പൂർണ്ണമായും വ്യത്യസ്തമായ ഒന്നാണ്. ഈ പുതിയ നിയമഭേദഗതി പ്രകാരം ഏതൊരാളെയും ജാമ്യം അനുവദിക്കാതെ ദീർഘകാലം ജയിലഴിക്കുള്ളിൽ അടച്ചിടാനാകും."

ഇപ്പോൾ സ്ക്രീനിൽ കാണുന്നത് തിഹാർ ജയിലിനു പുറത്ത് നിർത്തിയിട്ട വാഹനത്തിലിരുന്ന് നൊമ്പരത്തോടെ നോക്കുന്ന സഫൂറയെയാണ്. എത്ര ഭീകരമായ അനുഭവങ്ങളാണ് തനിക്ക് നേരിടേണ്ടി വന്നത്

എന്നതവരുടെ മുഖത്ത് കാണാം; അവരുടെ ശബ്ദത്തിൽ നിന്നറിയാം. സഫൂറ പറയുന്നു: ''ആദ്യം അവരെന്നെ പൂർണമായും ഏകാന്ത തടവിലാണിട്ടിരുന്നത്. വളരെ ചെറിയൊരു കുടുസ്സു മുറിയായിരുന്നു അത്. ഞാൻ ഗർഭിണിയായിരുന്നു; പിറക്കാൻ പോകുന്നത് എന്റെ ആദ്യകുഞ്ഞ്. ജയിലിനുള്ളിൽ എന്റെ കുഞ്ഞിന് ജന്മം കൊടുക്കേണ്ടി വരുന്നത് എനിക്ക് ദുഃസ്വപ്നമായി. ജയിലിനുള്ളിൽ പരസഹായമില്ലാതെ ഒറ്റയ്ക്ക് പ്രസവിക്കുന്നതിനെക്കുറിച്ച് എനിക്ക് ആലോചിക്കാൻപോലും കഴിയുമായിരുന്നില്ല."

അവതാരക: "സഫൂറ 74 ദിവസം ജയിൽവാസമനുഭവിച്ചു.'' ജാമ്യം കിട്ടി ജയിലിൽ നിന്ന് പുറത്തിറങ്ങി വാഹനത്തിൽ കയറി പോകുന്ന സഫൂറയുടെ ദൃശ്യം സ്ക്രീനിൽ.

മാധ്യമ റിപ്പോർട്ടർ: ''ജാമിയ മിലിയ ഇസ്ലാമിയ സർവകലാശാല വിദ്യാർഥി, ഗർഭിണിയായ സഫൂറ സർഗാറിന് ഹൈക്കോടതി ജാമ്യമനുവദിച്ചു. മാനുഷിക പരിഗണനയിൽ സഫൂറയുടെ ജാമ്യാപേക്ഷയെ പൊലീസ് എതിർത്തില്ല.''

അവതാരക: ''ഡൽഹി കലാപത്തിലെ മുഖ്യഗൂഢാലോചനക്കാരെന്ന നിലയിൽ ഭീകരവിരുദ്ധ നിയമം ചുമത്തി അറസ്റ്റുചെയ്യപ്പെട്ട 16 മുസ്ലീങ്ങളിൽ ഒരാളാണ് സഫൂറ."

കീ കീ ശബ്ദമുണ്ടാക്കുന്ന കളിപ്പാവകൾക്കിടയിൽ തന്റെ കുഞ്ഞിനെ കൊഞ്ചിക്കുന്ന സഫൂറയുടെ ദൃശ്യം സ്ക്രീനിൽ. അവൾ വീണ്ടും തന്റെ അനുഭവങ്ങൾ വിവരിക്കുകയാണ്: ''സി എ എ വിരുദ്ധ പ്രതിഷേധത്തിലേർപ്പെട്ട എല്ലാ ആളുകൾക്കുമെതിരായ വേട്ടയാടലായിരുന്നു ഈ നടപടികൾ. പിന്നെ ഭിന്നാഭിപ്രായങ്ങളെ അടിച്ചമർത്തുന്ന രീതിയുടെ ഒരുദാഹരണവുമാണിത്. ഞങ്ങളെ തടവിലാക്കുമ്പോൾ എനിക്കുറപ്പുണ്ടായിരുന്നു, ഞങ്ങൾക്കെതിരായ ഒരു കുറ്റം പോലും തെളിയിക്കാൻ അവർക്ക് കഴിയില്ലായെന്ന്.''

സ്ക്രീനിൽ ഡോ. സ്വദേശ് സിങ്: "സി സി ടി വി ഫൂട്ടേജുകളും വാട്ട്സാപ്പ് സന്ദേശങ്ങളും അടിസ്ഥാനപ്പെടുത്തിയാണ് അവരെ അറസ്റ്റു ചെയ്തത്. അവരെല്ലാം തന്നെ പല പല മതവിഭാഗങ്ങളിൽ പെട്ടവരായിരുന്നു, പ്രത്യേക മതത്തിൽ പെട്ടവരായിരുന്നില്ല".

ക്രിസ്റ്റഫെ ജാഫ്രലോ: ''കലാപത്തിനുശേഷം അതിന് ഇരയായവരെത്തന്നെ കുറ്റക്കാരാക്കി മാറ്റിയെന്നതാണ് ഇതിലെ വിരോധാഭാസം. ഇരകളെത്തന്നെ കലാപത്തിന്റെ ഉത്തരവാദികളെന്നപേരിൽ കുറ്റമാരോപിച്ച് അറസ്റ്റു ചെയ്തു. നിരവധി പേരെ ജയിലിലടച്ചു. അധികം പേരും ഇപ്പോഴും ജയിലിലാണ്.''

തന്റെ കുഞ്ഞിന് മുത്തം നൽകുന്ന സഫൂറയുടെ ദൃശ്യത്തോടെ സ്ക്രീൻ മറയുന്നു. വിജനമായ ദേശീയപാതയുടെ ആകാശക്കാഴ്ചയാണ് സ്ക്രീനിൽ ഇപ്പോൾ തെളിയുന്നത്.

പശ്ചാത്തലത്തിൽ അവതാരക: ''അപ്പോഴേക്കും കൊറോണ വൈറസ് എന്ന പുതിയൊരു ഭീഷണിയോട് ഇന്ത്യക്ക് പൊരുതേണ്ടതായി വന്നു. അതിനെ നേരിടാൻ ഏർപ്പെടുത്തിയ കർക്കശമായ ലോക്ക്ഡൗൺ കൂടുതൽ പ്രതിഷേധങ്ങൾ ക്ഷണിച്ചുവരുത്തി. പക്ഷേ അപ്പോഴും ഹിന്ദുക്കളും മുസ്ലീങ്ങളും തമ്മിലുള്ള ശത്രുത തുടർന്നു.''

രാത്രിയുടെ ഇരുട്ടിൽ തിളങ്ങുന്ന നഗരക്കാഴ്ച. ഈ പശ്ചാത്തലത്തിൽ മുഴങ്ങിക്കേൾക്കുന്നത് കലാപാഹ്വാനം ചെയ്തുകൊണ്ടുള്ള ഹിന്ദു തീവ്രവാദിയുടെ വാക്കുകൾ.

''ഈ രാജ്യത്തെ ഹിന്ദു രാഷ്ട്രമാക്കുന്നതിനുവേണ്ടി നമ്മൾ പൊരുതും. വേണ്ടിവന്നാൽ മരിക്കാനും തയ്യാറാകും. ബോലോ... ഭാരത് മാതാ കീ ജയ്!"

സ്ക്രീനിൽ അലിഷാൻ ജാഫ്രിയുടെ മുഖം തെളിഞ്ഞു വരുന്നു.

അയാൾ പറയുന്നു: ''ഞാനൊരു മാധ്യമ പ്രവർത്തകനാണ്. വെറുപ്പും വിദ്വേഷവുമായി ബന്ധപ്പെട്ട കുറ്റകൃത്യങ്ങളാണ് ഞാൻ സ്ഥിരമായി റിപ്പോർട്ട് ചെയ്യുന്നത്."

വീണ്ടും ഹിന്ദു തീവ്രവാദിയുടെ കലാപഹ്വാനം പശ്ചാത്തലത്തിൽ.

''അവിശ്വാസികളുടെ തലയറുക്കാനുള്ള മഴുവാണ് നമ്മുടെ കൈവശമുള്ളത്. ഹർ... ഹർ... മഹാദേവ്, ഹർ... ഹർ... മഹാദേവ്. (മുഴക്കമുള്ള ഹിന്ദി ഉച്ചാരണം.)

വീണ്ടും അലിഷാൻ ജാഫ്രി സ്ക്രീനിൽ. അദ്ദേഹം പറയുന്നു: "മുസ്ലീങ്ങൾക്കെതിരായ വംശഹത്യയ്ക്കുള്ള ആഹ്വാനങ്ങൾ നിരന്തരം നടക്കുകയും അത് വർദ്ധിച്ചു വരുകയും ചെയ്യുന്നൊരു രാജ്യമാണ് ഇന്ത്യ. എന്റെയൊരു സഹപ്രവർത്തകൻ ധർമ്മ സൻസദിൽ നിന്ന് (മത പാർലമെന്റ്) റിപ്പോർട്ട് ചെയ്യുകയാണ്. അത് അടിസ്ഥാനപരമായും ഹിന്ദു മതക്കാരുടേതായൊരു പാർലമെന്റാണ്. എങ്ങനെ മുസ്ലീങ്ങളെ ഭൂമുഖത്ത് നിന്നു തന്നെ തുടച്ചുനീക്കാം എന്നതിനെക്കുറിച്ചാണ് അവർ അവിടെ സംസാരിച്ചത്."

വീണ്ടും കലാപാഹ്വാനം: "കൊന്നൊടുക്കുക അല്ലെങ്കിൽ സ്വയം ചത്തൊടുങ്ങുക. ഇതല്ലാതെ മറ്റൊരു മാർഗ്ഗമില്ല."

വീണ്ടും അലിഷാൻ ജാഫ്രി: ''വീഡിയോകൾ വിശകലനം ചെയ്യുന്നതിലാണ് ഞാൻ അധികവും ശ്രദ്ധ ചെലുത്താറുള്ളത്. പൊതുവിൽ ഒരു ദിവസം 10–12 വീഡിയോകൾ തയ്യാറാക്കാറുണ്ട്. ഈ വീഡിയോകൾ കാട്ടുതീ പോലെ പടർന്നുപിടിക്കും. അവയെല്ലാം വൈറലാകുന്നുമുണ്ട്.''

വീണ്ടും കലാപാഹ്വാനം – ഹിന്ദു വർഗീയവാദിയുടെ ശബ്ദം: "ഞങ്ങളുടെ കൂട്ടത്തിലെ ഏതെങ്കിലും ഹിന്ദു പെൺകുട്ടിയെ നീയൊക്കെ തൊട്ടുകളിച്ചാൽ ഞാൻ നിന്റെയൊക്കെ പെങ്ങന്മാരെയും പെൺമക്കളെയും നിന്റെയൊക്കെ വീടുകളിൽനിന്ന് തട്ടിക്കൊണ്ടുപോകും. എന്നിട്ടവളുമാരെ ബലാത്സംഗം ചെയ്യും."

അലിഷാൻ ജാഫ്രിസ്ക്രീനിൽ: ''ഭരണകൂടം തങ്ങളെ രക്ഷിക്കുമെന്ന പ്രതീക്ഷ വേണ്ടെന്ന സന്ദേശം രാജ്യത്തെ മുസ്ലീങ്ങൾക്ക് ലഭിച്ചു."

സ്ക്രീനിൽ അരുന്ധതി റോയ്. അവർ സംസാരിക്കുകയാണ്: "നാം പരസ്പരം പറഞ്ഞുകൊണ്ടിരിക്കുന്നത് ഇങ്ങനെയൊക്കെ സംഭവിക്കുമെന്ന് നിങ്ങൾ വിചാരിക്കുന്നുണ്ടോ എന്നാണ്. ശരിക്കും ഇങ്ങനെ സംഭവിക്കാനിടയുണ്ടെന്ന് നിങ്ങൾ കരുതുന്നുണ്ടോയെന്നാണ് റുവാൻണ്ടയിലെ പോലെ ഇവിടെയും അങ്ങനെ സംഭവിക്കുമെന്ന് നിങ്ങൾ കരുതുന്നുണ്ടോ? ഈ ഡോക്യുമെന്ററിയിൽ നിങ്ങളോട് ഞാൻ സംസാരിക്കുന്നതെന്തിനാണ്? ഈ ചെയ്യുന്നതിനെ നമ്മളെല്ലാവരും അംഗീകരിക്കുന്നില്ല എന്നുള്ള രേഖ ഉണ്ടാകുമെന്നതുകൊണ്ടാണ്. എന്നാൽ ഇതൊരു സഹായാഭ്യർത്ഥനയുമല്ല, കാരണം സഹായം എവിടെ നിന്നും ലഭിക്കുകയില്ല.''

അവതാരക: ''കഴിഞ്ഞവർഷം ജൂണിൽ ബി ജെ പിയുടെ വക്താവായ ഒരു സ്ത്രീ ഒരു ടി വി ചാനലിൽ പ്രവാചകനായ മുഹമ്മദിനെക്കുറിച്ച് ചില പരാമർശങ്ങൾ നടത്തിയത് ഇന്ത്യയിലെയും ലോകത്തിലെയാകെയും മുസ്ലീങ്ങളെ രോഷാകുലരാക്കി. രണ്ട് മുസ്ലീം ചെറുപ്പക്കാർ ഒരു ഹിന്ദുവിനെ കൊലപ്പെടുത്തി. മോദിക്കെതിരെ ഭീഷണിയുയർത്തുകയും ഓൺലൈനിൽ കൊലപാതകം സംബന്ധിച്ച് വീഡിയോ പോസ്റ്റുചെയ്യുകയും ചെയ്ത ശേഷമാണ് അവർ അറസ്റ്റുചെയ്യപ്പെട്ടത്.''

ഡോ. സ്വദേശ് സിങ്: ''ഇരുപക്ഷത്തും ചില തീവ്രവാദി ഗ്രൂപ്പുകളുണ്ട്. സോഷ്യൽ മീഡിയയിലെ പ്രകോപനങ്ങൾമൂലം (അത് ഇക്കാലത്തൊരു പ്രതിഭാസമായി മാറിയിരിക്കുകയാണ്) ഇരുപക്ഷത്തുനിന്നും, ഹിന്ദുക്കൾക്കിടയിൽനിന്നും, മുസ്ലീങ്ങൾക്കിടയിൽനിന്നും ഇത് സംഭവിക്കാറുണ്ട്. ഏതു ഭാഗത്തുനിന്നായാലും ഇത് അവസാനിപ്പിക്കേണ്ടതുണ്ട്."

സ്ക്രീനിൽ സ്വപൻ ദാസ് ഗുപ്ത : ''ഇത് ചെയ്യുന്നത് ആരായാലും, ഹിന്ദുവായാലും മുസ്ലീമായാലും സിഖുകാരായാലും നടപടി എടുക്കേണ്ടതുതന്നെയാണ്. ഇന്ത്യയിൽ സ്വതന്ത്രമായ അഭിപ്രായപ്രകടനത്തിന് ചില പരിധികളൊക്കെയുണ്ട്. അത് വേണ്ടതാണ്. ശരിക്കും നമ്മൾ ചിന്തിക്കേണ്ട കാര്യം, മോദി പലവട്ടം പറഞ്ഞതുപോലെ ഒരുതരത്തിലുമുള്ള തീവ്രവാദ പ്രവർത്തനത്തെയും നമ്മൾ പ്രോത്സാഹിപ്പിക്കാൻ പാടില്ല എന്നതാണ്."

തെരുവിലൂടെ നടന്നുവരുന്ന അലിഷാൻ ജാഫ്രിയുടെ ചിത്രം സ്ക്രീനിൽ.

അദ്ദേഹം സംസാരിക്കുകയാണ്: ''ഞങ്ങളിൽ പലരും ചെയ്യുന്ന പ്രവർത്തനം വളരെ അപകടകരമാണ്. എനിക്ക് പലവട്ടം വധഭീഷണികൾ ലഭിച്ചിട്ടുണ്ട്; എന്നാൽ അതൊന്നും എന്നെ പിന്തിരിപ്പിച്ചിട്ടില്ല.''

സ്ക്രീനിൽ പത്രപ്രവർത്തകനും എഡിറ്ററുമായ സിദ്ധാർത്ഥ് വരദരാജൻ.

അദ്ദേഹം പറയുന്നു: ''ഇന്ന് റിപ്പോർട്ടിങ് കൂടുതൽ അപകടകരവും അപകടസാധ്യതയുള്ളതും കൂടുതൽ പ്രയാസമേറിയതും ആയിരിക്കുന്നു. തുറന്നുപറഞ്ഞാൽ കഴിഞ്ഞ കാലത്ത് റിപ്പോർട്ടിങ് ഇന്നത്തേക്കാൾ ഭേ

ദമായിരുന്നു.''

അവതാരക: ''ഇന്ത്യയിലിന്ന് റിപ്പോർട്ടർമാർ അക്രമവും ഭീഷണിയും അറസ്റ്റും നേരിട്ടുകൊണ്ടാണ് തങ്ങളുടെ ജോലി ചെയ്യുന്നത്. പ്രചാരകർ പറയുന്നത് നരേന്ദ്രമോദി അധികാരത്തിൽ വന്നതിനുശേഷം മാധ്യമപ്രവർത്തന സ്വാതന്ത്ര്യം ഇല്ലാതായിരിക്കുന്നുവെന്നും ഇപ്പോഴത് പ്രതിസന്ധിയിലാണ് എന്നുമാണ്.''

അംഗരക്ഷകരുടെ അകമ്പടിയോടെ മോദിയും പിന്നാലെ അമിത് ഷായും നടന്നുവരുന്ന ദൃശ്യം.

സിദ്ധാർത്ഥ് വരദരാജൻ: ''സ്വതന്ത്ര മാധ്യമങ്ങളെ മോദി കാണുന്നത് തനിക്ക് നാശം വരുത്തുന്ന എന്തോ ഒന്നായാണ്. അതിനെ അദ്ദേഹം ശത്രുപക്ഷത്താണ് കാണുന്നത്. ഞാൻ കരുതുന്നത്, തന്റെ കാഴ്ചപ്പാടിൽനിന്നുകൊണ്ട് എല്ലാത്തിനെയും നോക്കിക്കാണുന്ന രാഷ്ട്രീയത്തിലാണ് മോദി വിശ്വസിക്കുന്നത് എന്നാണ്. മാധ്യമങ്ങളും അങ്ങനെ തന്നെയായിരിക്കണം എന്നും അദ്ദേഹം കരുതുന്നു. അല്ലാത്തപക്ഷം മാധ്യമങ്ങൾക്കുമേൽ കടുത്ത നിയന്ത്രണമേർപ്പെടുത്തേണ്ടതും വിരട്ടി നിലയ്ക്കുനിർത്തേണ്ടതും ചെയ്യേണ്ടത് തന്റെ പരിപാടികൾ നടപ്പാക്കുന്നതിന് അനിവാര്യമാണെന്ന് അദ്ദേഹം കരുതുന്നു.''

അവതാരക: ''മനുഷ്യാവകാശ പ്രവർത്തകർ പറയുന്നത്, അവരും ആക്രമിക്കപ്പെടുന്നുവെന്നാണ്. ഇന്ത്യയിലെ ആംനസ്റ്റി പറയുന്നതും ഇന്ത്യയിലതിന്റെ പ്രവർത്തനങ്ങൾ താൽക്കാലികമായി നിർത്തിവെയ്ക്കാൻ അത് നിർബന്ധിതമായിരിക്കുന്നു എന്നാണ്. ഗവൺമെന്റ് പറയുന്നത്, വിദേശ സംഭാവനകൾ സംബന്ധിച്ച ചട്ടങ്ങൾ മറികടന്നുകൊണ്ട് ആംനസ്റ്റി നിയമലംഘനം നടത്തിയിരിക്കുന്നുവെന്നാണ്."

ആകാർ പട്ടേൽ: ''മോദി ചെയ്തുകൊണ്ടിരിക്കുന്നത്, രാജ്യത്തെ സിവിൽ സമൂഹത്തിലെ വലിയൊരു ഭാഗത്തെ ഫലത്തിൽ അടച്ചുപൂട്ടിയിരിക്കുന്നു എന്നുള്ളതാണ്. ആയിരക്കണക്കിന് എൻ ജി ഒകൾ 2015 നുശേഷം അടച്ചുപൂട്ടപ്പെട്ടു. ഇത് വളരെ പരിതാപകരമാണ്. എൻ ജി ഒകളുടെ ഇടം, സിവിൽ സൊസൈറ്റിയുടെ ഇടം കുറഞ്ഞു വരുന്ന ഒരു കാലം, സ്വാതന്ത്ര്യാനന്തര ഇന്ത്യയുടെ ചരിത്രത്തിൽ ഇതിനുമുമ്പൊരിക്കലും ഉണ്ടായിട്ടില്ല എന്നാണ് ഞാൻ കരുതുന്നത്."

അവതാരക: ''2014 ൽ നരേന്ദ്രമോദി അധികാരത്തിലെത്തുമ്പോൾ ഇന്ത്യ പരിഗണിക്കപ്പെട്ടിരുന്നത് ഒരു സ്വതന്ത്ര രാജ്യമായാണ്; അമേരിക്കൻ തിങ്ക് ടാങ്കായ ഫ്രീഡം ഹൗസാണ് ഇങ്ങനെയൊരു വിലയിരുത്തൽ നടത്തിയത്. എന്നാലിപ്പോൾ ഇന്ത്യ അറിയപ്പെടുന്നത് ഭാഗികമായി മാത്രം സ്വതന്ത്രമായ രാജ്യമെന്നാണ്.''

സ്വപൻ ദാസ് ഗുപ്ത: ''നമ്മുടെ ജനാധിപത്യം സമ്പൂർണ്ണമല്ലായിരിക്കാം; എന്നാൽ അത് മെച്ചപ്പെട്ടുവരികയാണ്. ഞാൻ കരുതുന്നത്,

ഇവിടെ എല്ലാവർക്കും അഭിപ്രായപ്രകടനത്തിന്, അത് യുക്തിപരമായാലും അല്ലെങ്കിലും സ്വാതന്ത്ര്യമുണ്ടായിരിക്കുമെന്നാണ്.''

സഫൂറ സർഗാറിന്റെ ദൃശ്യം വീണ്ടും സ്ക്രീനിൽ നിറയുന്നു.

അവതാരക: ''സഫൂറ സർഗാർ ഇപ്പോഴും ജാമ്യത്തിൽ തന്നെയാണ്.''

സഫൂറ സർഗാർ: ''ഭരണകൂടം രാജ്യത്തെ മുസ്ലീങ്ങളെ മനുഷ്യരായി കാണുന്നില്ല. മുസ്ലീങ്ങളെ രണ്ടാംതരം പൗരരായാണ് അവർ കാണുന്നതെന്ന് വളരെ വ്യക്തമാണ്.''

സ്ക്രീനിൽ കിസ്മത്തൂന്റെ ദൃശ്യം.

അവതാരക: ''തന്റെ മകനെ കൊലപ്പെടുത്തിയ പൊലീസുകാരെ കണ്ടെത്തുന്നതിനായി കിസ്മത്തൂൻ ഇപ്പോഴും പോരാട്ടത്തിലാണ്.''

കിസ്മത്തൂൻ: ''നീതിക്കുവേണ്ടി ഞാൻ ദീർഘകാലമായി പൊരുതുകയാണ്. ദരിദ്രനും മുസ്ലീമുമായിരുന്നതിനാലാണ് എന്റെ മകൻ കൊല്ലപ്പെട്ടത്. ഞാനൊരുകാലത്തും ഇതു മറക്കില്ല.''

സ്ക്രീനിൽ അലിമുദ്ദീൻ അൻസാരിയെ മർദ്ദിക്കുന്ന ദൃശ്യം.

അവതാരക: ''അലിമുദ്ദീൻ അൻസാരിയെ ആക്രമിച്ച കേസിൽ കുറ്റവാളിയായ ആൾ ഇപ്പോഴും ജാമ്യത്തിൽ തുടരുകയാണ്''.

മറിയം അൻസാരി: ''ഇന്ന്, എന്റെ കുഞ്ഞുങ്ങൾക്കച്ഛനില്ല. ഞാൻ വിധവയാണ്. എനിക്കുവേണ്ടത് നീതിയാണ്.''

കാശി വിശ്വനാഥ ക്ഷേത്രം ഉദ്ഘാടനം ചെയ്യാനെത്തുന്ന മോദിയുടെയും ക്ഷേത്രത്തിന്റെയും ദൃശ്യങ്ങൾ സ്ക്രീനിൽ.

പശ്ചാത്തലത്തിൽ അവതാരക: ''നരേന്ദ്രമോദി വാഴ്ചയ്ക്കുകീഴിൽ ഇന്ത്യ മാറിക്കൊണ്ടിരിക്കുകയാണ്. മോദിയുടെ സ്വീകാര്യത വർധിച്ചുവരികയാണ്; വർഗീയമായ ചേരിതിരിക്കലും വർധിച്ചുവരികയാണ്''.

നിലഞ്ജൻ മുഖോപാധ്യായ: ''രാഷ്ട്രീയമായി ശരിയല്ലാത്ത കാര്യങ്ങൾ ഇപ്പോൾ പൊതുബോധമായി മാറിയിരിക്കുന്നു. ഹിന്ദുക്കൾക്ക് പ്രത്യേക അവകാശങ്ങൾ ആവശ്യപ്പെടുന്നത് തെറ്റാണെന്ന് ഹിന്ദുക്കൾ ഇപ്പോൾ ചിന്തിക്കുന്നില്ല. ഇത്തരം വികാരങ്ങൾക്ക് ശബ്ദം നൽകുന്നതിന് മോദിക്ക് കഴിഞ്ഞിരിക്കുന്നു.''

ആകാർ പട്ടേൽ: ''ഇന്ത്യയിലെ മുസ്ലീങ്ങൾ മുൻപൊരിക്കലും നേരിട്ടിട്ടില്ലാത്ത ഒരവസ്ഥയാണിപ്പോൾ. ഈ അവസ്ഥയിൽനിന്ന് നമുക്കെങ്ങനെ പുറത്തുകടക്കാമെന്ന് എനിക്കറിയില്ല.''

സ്വപൻ ദാസ് ഗുപ്ത: ''മോദി മുസ്ലീംവിരുദ്ധനാണെന്ന സങ്കൽപം വ്യാപകമായുണ്ട്. അങ്ങനെയൊന്നുള്ള കാര്യം ഞാൻ നിഷേധിക്കുന്നില്ല. എന്നാൽ നമ്മൾ ചിന്തിക്കേണ്ട ഒരു കാര്യം ഇന്ത്യയിലേതെങ്കിലുമൊരു സ്ഥാപനം ഹിന്ദുക്കൾക്കു പ്രത്യേക പരിഗണന നൽകുകയോ മാറ്റിനിർത്തുകയോ ചെയ്യുന്നുണ്ടോ എന്നാണ്. അങ്ങനെയൊന്നില്ല.''

മന്ത്രോച്ചാരണങ്ങളുടെ പശ്ചാത്തലത്തിൽ മറ്റു പൂജാരികൾക്കൊപ്പം കാഷായവേഷം ധരിച്ച് ക്ഷേത്രപൂജ നടത്തുന്ന മോദിയുടെ ദൃശ്യം സ്ക്രീനിൽ.

ക്രിസ്റ്റഫെ ജാഫ്രലോ: ''ചൈനയെ എതിരിട്ടുനിൽക്കാനുള്ള ഉത്തമമാർഗമായാണ് പാശ്ചാത്യശക്തികൾ ഇന്ത്യയെ കാണുന്നത്. അതുകൊണ്ടാണ് അവർ ഇന്ത്യയിലെ മോദി ഗവൺമെന്റിന്റെ തീരുമാനങ്ങളെ അപലപിക്കാത്തതും ഇന്ത്യയിൽ നടക്കുന്ന വലിയ തോതിലുള്ള മനുഷ്യാവകാശ ലംഘനങ്ങൾക്കുനേരെ കണ്ണടയ്ക്കുന്നതും. കാരണം പാശ്ചാത്യരെ സംബന്ധിച്ചിടത്തോളം മറുവശത്തുള്ളത് വലിയ വെല്ലുവിളിയാണ്."

ക്രിസ് ഒഗ്ഡെൻ: ''പാശ്ചാത്യരെ സംബന്ധിച്ചിടത്തോളം പ്രധാനപ്പെട്ട കാര്യം സാമ്പത്തികമായി മാത്രമല്ല, രാഷ്ട്രീയമായും അന്താരാഷ്ട്ര കാര്യങ്ങളിലെ സംഭവവികാസങ്ങളിലും ഇന്ത്യക്ക് പ്രാധാന്യമുണ്ട്. കാലാവസ്ഥാ വ്യതിയാനവും ആഗോളധനപ്രതിസന്ധിയുംപോലുള്ള കാര്യങ്ങളിൽ അവർക്ക് ഇന്ത്യയെ കൂടെനിർത്തേണ്ടതുണ്ട്. അവർക്ക് പല കാര്യങ്ങളിലും പരിഹാരം കാണാൻ ഇന്ത്യയെ കൂടെനിർത്തേണ്ടതുണ്ട്. പക്ഷേ സർവ്വ അധികാരങ്ങളും ഒരാളിൽ കേന്ദ്രീകരിക്കുന്ന ഒരു തരം സ്വേച്ഛാധിപത്യത്തോട് വിയോജിപ്പ് രേഖപ്പെടുത്തേണ്ടതുണ്ടെന്ന് തോന്നുന്നുണ്ട്."

ജനാവലിക്കുമുന്നിൽ കാഷായവേഷം ധരിച്ച് കൈയുയർത്തിനിന്ന് ''ഹർ... ഹർ... മഹാദേവ്'' എന്നുറക്കെ വിളിക്കുന്ന ഇന്ത്യൻ പ്രധാനമന്ത്രിയുടെ ദൃശ്യം സ്ക്രീനിൽ തെളിയുന്നതോടെ ഡോക്യുമെന്ററി അവസാനിക്കുന്നു. •

(കടപ്പാട് - ബി ബി സി)

പഠനങ്ങൾ

മറച്ചാലും മറക്കാനാവില്ല

ഡോ. സെബാസ്റ്റ്യൻ പോൾ

ചരിത്രം നിരന്തരമായ പുനർവായനയ്ക്കും പുനഃപരിശോധനയ്ക്കും വിധേയമാണ്. ചരിത്രകാരർ മാത്രമല്ല സാധാരണ ജനങ്ങളും ഈ പ്രക്രിയയിൽ പങ്കാളികളാണ്. ജനങ്ങൾക്കുവേണ്ടി മാധ്യമങ്ങൾ ഏറ്റെടുക്കുന്ന ജോലിയാണിത്. സിനിമ ഒരു മാധ്യമമായതിനാൽ ഫീച്ചർ ഫിലിമിന്റെ രൂപത്തിലും ഡോക്യുമെന്ററിയുടെ രൂപത്തിലും ഈ പ്രവർത്തനം നടക്കുന്നു. വ്യവഹാരത്തിന് സംഭവിക്കുന്നതുപോലെ ഗവേഷണത്തിന് കാലഹരണദോഷമില്ലാത്തതിനാൽ പണ്ടൊരിക്കൽ സംഭവിച്ചത് എന്ന ദോഷം ചരിത്രനിർമിതിയിൽ ആരോപിക്കാനാവില്ല. ഭൂതകാലത്തിന്റെ വിലയിരുത്തൽ വർത്തമാനകാലത്തിന്റെ കർത്തവ്യമാണ്.

ശശി തരൂർ കണ്ടതുപോലെ 2002 പണ്ടുപണ്ടെങ്ങോ ഉദിച്ചസ്തമിച്ച വർഷമല്ല. നാസികളുടെ ജൂതഹത്യ യൂറോപ്പിന് മറക്കാൻ കഴിയാത്തതുപോലെ നമ്മുടെ സ്മൃതിയിൽ മായാത്ത വ്രണവും മങ്ങാത്ത വേദനയുമായി അത് അവശേഷിക്കുന്നു. ഗുജറാത്തിലെ സമാനതയില്ലാത്ത വംശഹത്യയുടെ അന്വേഷണവും വിചാരണയും സുപ്രീം കോടതി അവസാനിപ്പിച്ചെങ്കിലും ചരിത്രത്തിന് അത് അവസാനവാക്കല്ല. ചരിത്രം ചോദ്യങ്ങൾ ചോദിക്കുകയും ഉത്തരങ്ങൾ കണ്ടെത്തുകയും ചെയ്തുകൊണ്ടേയിരിക്കും. വെളിപ്പെടുന്നത് വാർത്തയാകും.

ലോകത്തിന് ശ്രദ്ധിക്കാതിരിക്കാൻ കഴിയാത്ത നൃശംസതയാണ് നരേന്ദ്രമോദി മുഖ്യമന്ത്രിയായിരിക്കേ ഗുജറാത്തിൽ സംഭവിച്ചത്. നയതന്ത്ര ചാലുകൾ ഉപയോഗിച്ച് ബ്രിട്ടീഷ് ഗവൺമെന്റ് നടത്തിയ അന്വേഷണത്തിലെ കണ്ടെത്തലുകളാണ് *ഇന്ത്യ; ദ മോദി ക്വസ്റ്റ്യൻ* എന്ന പേരിൽ ഡോക്യുമെന്ററി രൂപത്തിൽ ബി ബി സി അവതരിപ്പിച്ചത്. മോദി ഇപ്പോൾ

പ്രധാനമന്ത്രിയാണെന്നതും കേസ് സുപ്രീം കോടതി തീർപ്പാക്കിയതാണെന്നതും ബി ബി സിക്ക് തടസ്സമായില്ല. അത്തരം കാര്യങ്ങളെ അടിസ്ഥാനമാക്കി സ്വയം നിയന്ത്രിതമാകുന്ന മാധ്യമസ്ഥാപനമല്ല ബി ബി സി. വ്യക്തമായ മാനദണ്ഡങ്ങളെ അടിസ്ഥാനമാക്കി പ്രവർത്തിക്കുന്ന ബി ബി സി ഗവൺമെന്റിൽനിന്ന് ധനസഹായം സ്വീകരിക്കുന്നുണ്ട്. പണത്തിന് കണക്ക് ബോധിപ്പിക്കേണ്ടത് പാർലമെന്റിനോടാണ്. ഇന്ത്യയിൽ ദൂരദർശനും ഗവൺമെന്റും തമ്മിലുള്ള അനാശാസ്യമായ ആശ്രിതബന്ധമല്ല ബ്രിട്ടനിൽ ബി ബി സിയും ഗവൺമെന്റും തമ്മിലുള്ളത്. പ്രസാർ ഭാരതിയെ സ്വയംനിർണയാധികാരമുള്ള സ്വതന്ത്രസ്ഥാപനമാക്കാൻ അടിയന്തരാവസ്ഥയ്ക്കുശേഷം ശ്രമം നടന്നെങ്കിലും വിജയിച്ചില്ല.

എന്തിനിപ്പോൾ എന്ന ചോദ്യത്തിന് ഉത്തരം നൽകാൻ മാധ്യമസ്ഥാപനം ബാധ്യസ്ഥമല്ല. രഹസ്യമായി സൂക്ഷിച്ചിരുന്ന റിപ്പോർട്ട് ചോർന്നോ അല്ലാതെയോ കിട്ടിയപ്പോൾ ബി ബി സി അത് ഉപയോഗപ്പെടുത്തിയെന്ന് കണക്കാക്കിയാൽ മതി. അനഭിമതമായതെന്തും അനവസരത്തിലുള്ളതായി തോന്നാം. ഇക്കൊല്ലം ജി20 ന്റെ അധ്യക്ഷസ്ഥാനമാണെങ്കിൽ അടുത്ത കൊല്ലം തിരഞ്ഞെടുപ്പാകുമായിരുന്നു അനവസരത്തിലുള്ള സംപ്രേഷണം എന്ന ആക്ഷേപത്തിന് കാരണമാകുന്നത്. ഗുജറാത്ത് വംശീയഹത്യയുടെ ഉത്തരവാദിത്വത്തിൽനിന്ന് നരേന്ദ്രമോദിയെ കോടതി മുക്തമാക്കിയെങ്കിലും ചരിത്രം അദ്ദേഹത്തെ കുറ്റവിമുക്തനാക്കിയിട്ടില്ല. ഇത്തരം നൃശംസതയ്ക്ക് ഉത്തരവാദികളായവരുടെ നേരേ ചരിത്രത്തിന്റെ വിരൽ ആവർത്തിച്ച് ചൂണ്ടപ്പെട്ടുകൊണ്ടിരിക്കും. അതിലൊന്നു മാത്രമാണ് ബി ബി സിയുടെ ഡോക്യുമെന്ററി. ആ മനുഷ്യൻ നീ തന്നെ എന്ന് നാഥാൻ, പ്രവാചകനെപ്പോലെ ചരിത്രം ആവർത്തിച്ചു പറയുമ്പോൾ നരേന്ദ്രമോദി അസ്വസ്ഥനാകുന്നത് സ്വാഭാവികം മാത്രം.

വാസ്തവത്തിൽ അദ്ദേഹം ഇങ്ങനെ അസ്വസ്ഥനാകേണ്ട കാര്യമില്ല. 2002 ലെ പാപച്ചുമടുമേന്തിക്കൊണ്ടാണ് മോദി ഗുജറാത്തിലും പിന്നീട് ഡൽഹിയിലും വിജയം മെച്ചപ്പെടുത്തി ആവർത്തിച്ചത്. മൃതരുടെ ശാപം ചിലപ്പോൾ അനുഗ്രഹമാകും. ശ്രദ്ധിക്കാതിരുന്നെങ്കിൽ ശ്രദ്ധിക്കപ്പെടാതെ പോകുമായിരുന്ന ഡോക്യുമെന്ററിയെ ലോകത്തിന്റെ ശ്രദ്ധാകേന്ദ്രമാക്കിയത് ബി ജെ പിയുടെ ഔദ്ധത്യമാണ്. വിമർശനത്തെ നേരിടുന്നതിനുള്ള പ്രാപ്തി ഫാഷിസ്റ്റുകൾക്കില്ല. *ദ ഗ്രേറ്റ് ഡിക്ടേറ്ററിൽ* ഹിറ്റ്ലറായി അഭിനയിച്ച ചാർലി ചാപ്ളിനാണ് ലണ്ടനിൽ ബോംബിടുന്നതിനുള്ള ഹിറ്റ്ലറുടെ ആക്രോശത്തിനു കാരണമായതെന്ന് കേട്ടിട്ടുണ്ട്. ആ മാനസികാവസ്ഥയിലാണ് ബി ജെ പി. സമ്പത്തിന്റെ കരുത്തിൽ ബ്രിട്ടനേക്കാൾ മുന്നിലാണ് ഇന്ത്യ എന്ന് ബി ജെ പി ബ്രിട്ടനെ ഓർമപ്പെടുത്തുന്നുണ്ട്. അതിനൊപ്പം ജനാധിപത്യത്തിന്റെ ശ്രേഷ്ഠതയിലും മേനി പറയാൻ നമുക്ക് കഴിയണം. സീറ്റ് ബെൽറ്റ് ധരിക്കാതിരുന്നതിന്റെ പേരിൽ പ്രധാനമന്ത്രിക്ക് പിഴയിടാൻ പൊലീസുകാരന് കരുത്ത് നൽകുന്ന നിയമവ്യ

വസ്ഥയാണ് ബ്രിട്ടനിലേത്. പ്രധാനമന്ത്രിക്കെതിരായ വിമർശം രാജ്യത്തെ അപകീർത്തിപ്പെടുത്തുന്നുവെന്ന അപക്വമായ നിലപാടാണ് ഇന്ത്യയിലുള്ളത്.

നിരോധനം ഒന്നിനും പരിഹാരമല്ല. നിരോധിക്കപ്പെടുന്നത് തഴച്ചു വളരുമെന്നത് ചരിത്രത്തിന്റെ പാഠം. മതങ്ങളുടെയും സംഘടനകളുടെയും ചരിത്രം അതാണ്. വിശ്വാസികളുടെ രക്തത്തിലാണ് പ്രത്യയശാസ്ത്രങ്ങളുടെ വളർച്ച. നിരോധനത്തിലൂടെയാണ് പുസ്തകവും സിനിമയും ജനപ്രിയമാകുന്നത്. സാധാരണനിലയിൽ ബി ബി സി ചാനൽ കാണാത്ത അസംഖ്യം ആളുകൾ *ദ മോദി ക്വസ്റ്റ്യൻ* കണ്ടു. ബി ജെ പി ഭരിക്കുന്ന ഇടങ്ങളിൽ വൈദ്യുതി വിച്ഛേദിച്ചും പൊലീസിനെ ഉപയോഗിച്ചും പ്രദർശനം തടസപ്പെടുത്താൻ ശ്രമമുണ്ടായി. അടിയന്തരാവസ്ഥയുടെ ആദ്യദിനം ഡൽഹിയിൽ പത്രങ്ങൾ പുറത്തുവരാതിരിക്കാൻ വൈദ്യുതി തടസപ്പെടുത്തി. ഇന്ദിരാഗാന്ധിയുടെ ജനാധിപത്യവിരുദ്ധതന്ത്രങ്ങൾതന്നെയാണ് പറഞ്ഞും പറയാതെയും നരേന്ദ്രമോദി അനുവർത്തിക്കുന്നത്. നിയന്ത്രണത്തിനും നിരോധനത്തിനും അതീതമായി ഇന്റർനെറ്റ് പ്രവർത്തിക്കുമെന്ന് നാം കരുതി. എന്നാൽ ഐ ആൻഡ് ബി മന്ത്രാലയത്തിലെ ഉദ്യോഗസ്ഥൻ വിചാരിച്ചാൽ എന്തും തടയാമെന്ന അവസ്ഥയിലാണ് നാം കഴിയുന്നത്. ടിറ്റർ നിയന്ത്രണത്തിന് വിധേയമായപ്പോൾ ഓൺലൈനിൽ ഒന്നും കാണാൻ കഴിയാതായി. കാണിക്കുന്നതിനും കാണുന്നതിനുമുള്ള അവകാശമാണ് അനുച്ഛേദം 19(1)(എ) പ്രഖ്യാപിക്കുന്നത്. രണ്ടും ഇവിടെ തടസ്സപ്പെട്ടു.

അഭിപ്രായപ്രകടനസ്വാതന്ത്ര്യത്തിൽ പ്രകടമാകുന്ന ന്യൂനതയാണ് ജനാധിപത്യത്തിന്റെ ശ്രേഷ്ഠതയിൽ ഇന്ത്യയുടെ അധോഗതിക്ക് കാരണം. ചിന്തയ്ക്കും ആവിഷ്കാരത്തിനുമുള്ള സ്വാതന്ത്ര്യം ഉച്ചൈസ്തരം പ്രഖ്യാപിക്കുന്ന ആമുഖത്തിന്റെ രചയിതാവായ ജവഹർലാലിന്റെ കാലം മുതൽക്കേ അത് പരിമിതപ്പെടുത്തുന്നതിനുള്ള ശ്രമം ആരംഭിച്ചു. സാങ്കേതികവിദ്യയുടെ സ്വാതന്ത്ര്യപ്രഖ്യാപനത്തിനൊപ്പം നിയന്ത്രണത്തിന്റെ കത്രികപ്പൂട്ടുകളും രൂപംകൊണ്ടു. മനുഷ്യാവകാശപ്രശ്നങ്ങളെ മുൻനിർത്തി ഡോക്യുമെന്ററികൾ നിർമിച്ച് ലോകത്തിന്റെ ശ്രദ്ധയാകർഷിക്കുന്ന ആളാണ് ആനന്ദ് പട്വർദ്ധൻ. ആവിഷ്കാരസ്വാതന്ത്ര്യത്തിനുവേണ്ടി ദീർഘമായ നിയമപോരാട്ടങ്ങൾ അദ്ദേഹം നടത്തിയിട്ടുണ്ട്. ദുരഭിമാനക്കൊല പശ്ചാത്തലമാക്കി പ്രിയദർശൻ സംവിധാനംചെയ്ത *ആക്രോശ്* എന്ന ഹിന്ദി ചിത്രവും നിരോധനത്തിന്റെ പേരിൽ കോടതി കയറിയിട്ടുണ്ട്. നിരവധി കേസുകളിൽ കോടതി നൽകിയിട്ടുള്ള വിധികളുടെ അടിസ്ഥാനത്തിൽ നിരോധനത്തിലെ തെറ്റും വ്യർത്ഥതയും അധികാരികൾ മനസ്സിലാക്കേണ്ടതാണ്.

ഒന്നും ചെയ്യാതിരുന്നതിന് നന്ദി പറയുന്ന ചോക്ലേറ്റ് പരസ്യം ടിവിയിൽ കാണാറുണ്ട്. ചിലപ്പോൾ ചിലർക്ക് ആവശ്യം നിഷ്ക്രിയതയാണ്. നിഷ്ക്രിയതയും ചിലപ്പോൾ കുറ്റമാകും. മുഖ്യമന്ത്രിയെന്ന നിലയിൽ

മോദിയുടെ നിഷ്ക്രിയത അവർണനീയമായ ദുരിതത്തിനു കാരണമായി. കോടതി പറഞ്ഞൊതുക്കിയതുകൊണ്ട് എല്ലാം ഇല്ലാതാകുന്നില്ല. തീർത്തിട്ടും തീരാതെ ഭോപ്പാൽ ഇപ്പോഴും കോടതിയിലുണ്ട്. അന്വേഷിച്ചവരും കണ്ടെത്തിയവരും കണക്കുതീർത്ത് പിരിഞ്ഞെങ്കിലും അയോധ്യ ചരിത്രത്തിന്റെ നിലയ്ക്കാത്ത അന്വേഷണമായി അവശേഷിക്കുന്നു. നൂറു വർഷങ്ങൾക്കുശേഷം മലബാർ കലാപത്തെ പുതിയ വ്യാഖ്യാനങ്ങൾക്ക് വിധേയമാക്കിയ ബി ജെ പിക്ക് ഇത് മനസിലാകാത്ത കാര്യമല്ല. *1921* എന്ന സിനിമ നിലനിൽക്കെത്തന്നെ ആ വർഷത്തെ അടിസ്ഥാനമാക്കി 2021 ൽ നാല് സിനിമകളുടെ അറിയിപ്പുണ്ടായി. അതുതന്നെയാണ് ബി ബി സി ചെയ്തത്. നാളെ മറ്റൊരു വെളിപ്പെടുത്തൽ മറ്റൊരു വിവരണത്തിന് കാരണമായിക്കൂടെന്നില്ല. മാധ്യമപ്രവർത്തനം സത്യാന്വേഷണമാകുമ്പോൾ അനിവാര്യമായി സംഭവിക്കുന്ന പ്രക്രിയയാണിത്. 2002 നമ്മോടൊപ്പമുള്ള വർഷമാണ്. അത് പണ്ടെങ്ങോ കലണ്ടറിൽ കണ്ട വർഷം മാത്രമായി ശശി തരൂർ ലഘൂകരിക്കരുത്. •

ഗുജറാത്തിൽ സംഭവിച്ചത്

കെ ഇ എൻ

അവൻ മൈക്കിനു മുന്നിൽ. 'ദെറിദ, ഫൂക്കോ, ലക്കാൻ' ഉത്തരാധുനികത തകർത്തു പെയ്യുകയാണ് ടൗൺ ഹാളിൽ. ഒരു ഉറുമ്പ് വന്ന് അവന്റെ കണ്ണിന് താഴെ ഒരു കടി. അവന്റെ കാഴ്ചപ്പാട് മാറുകയാണ്. 'സാർത്ര്, കുന്ദേര, ഉമ്പർട്ടോ എക്കോ' - വാക്കുകളുടെ വയറിളക്കം. ഒരു കൂറ വന്ന് കണങ്കാലിലൂടെ പാന്റ്സിന്റെ ഉള്ളിലേക്ക്. അവന്റെ കാലിടറുകയാണ്. ഒരു പുഴു അവന്റെ മൂക്കിനുമേൽ. ചോദ്യങ്ങളുടെയും ഉത്തരങ്ങളുടെയും മേലെനിന്ന് ഒരു പല്ലി അവന്റെ മൂർദ്ധാവിലേക്ക്. ദെറിദയെ ഉറുമ്പിൻകൂട്ടം മാളത്തിലേക്ക് വലിച്ചിഴച്ചു. ഫൂക്കോവിനെയും ലകാനിനെയും പാറ്റ തിന്നു. കുന്ദേരയുടെയും സാർത്ര്ിന്റെയും മേലെ പുഴു അരിച്ചു നടന്നു. ഉമ്പർട്ടോ എക്കോവിനെ പല്ലി വിഴുങ്ങി. അവനെ തള്ളിമാറ്റി ഇപ്പോൾ മൈക്കിനുമുമ്പിൽ ഉറുമ്പ്, കൂറ, പുഴു, പല്ലി. അവ അവനോട് പറഞ്ഞു: ''എടോ കഴുവേറിയുടെ മോനേ, നേരെ ഗുജറാത്തിലേക്ക് ചെല്ല്. നരേന്ദ്രമോദിയുടെ ഗുജറാത്തിലേക്ക്. എന്നിട്ട് ഇന്ത്യൻ അവസ്ഥയെപ്പറ്റി പറ'' (പി.കെ പാറക്കടവ്).

ഗുജറാത്ത് അനുസ്മരണം ഓരോ മതനിരപേക്ഷ ഇന്ത്യക്കാരനും നിർബന്ധപൂർവം ബഹുതലങ്ങളിൽ നിരന്തരം നിർവഹിക്കേണ്ട ദീർഘവും ക്ലേശകരവുമായ ഒരു മഹാസമരത്തിന്റെ ആമുഖം മാത്രമാണ്. ഹിന്ദുസ്ഥാൻ, 'ജന്തുസ്ഥാനായി മാറിയതിൽ അസ്വസ്ഥനായി, 'ഇനി ഞാനെങ്ങനെ, 'സാരെ ജഗാം സെ പാടും' എന്ന് ചോദിച്ച് ജോലി ഉപേക്ഷിച്ച ഐ എ എസ്സുകാരൻ ഹർഷ് മന്ദർ, ഗുജറാത്തിന്റെ ചിരി, ഭസ്മമായി എന്ന് ഉൽക്കണ്ഠപ്പെടുന്ന ദിഗന്ദ്ഓഷ, ഗുജറാത്തിന്റെ ആത്മാവിൽ

ഇരുമ്പ് കയറിയോ എന്ന് സെമിനാർ മുഖപ്രസംഗം. ജന്മനാട്ടിൽ സർവ തും നഷ്ടപ്പെട്ട് അഭയാർഥികളായ ഒരു ജനതയുടെ മുമ്പിൽ നിന്നപ്പോൾ, അതിശയോക്തി കലർന്നതാവും എന്ന് കരുതിയ ഈ പ്രസ്താവനകൾ മുഴുവൻ സങ്കടപ്പെടുന്ന ഗുജറാത്തിന്റെ വർത്തമാന സത്യത്തെ അഭി സംബോധന ചെയ്യാൻ അശക്തമാണെന്ന് ഞങ്ങൾ മനസ്സിലാക്കി. പുരോ ഗമന കലാസാഹിത്യസംഘത്തിന്റെ സംസ്ഥാന കമ്മിറ്റിയുടെ നിർദേശ പ്രകാരമാണ് ഞാനടക്കമുള്ള സംഘം, പു ക സയുടെ പ്രസിഡന്റുകൂടി യായ മലയാളത്തിന്റെ പ്രിയകവി കടമ്മനിട്ടയുടെയും ജനറൽ സെക്രട്ട റിയായിരുന്ന വി എൻ മുരളി മാഷിന്റെയും നേതൃത്വത്തിൽ വംശഹത്യ നടന്ന ഗുജറാത്തിലേക്ക് പുറപ്പെട്ടത്. നെഞ്ചിടിപ്പോടെയാണ്, അശരണ രായൊരു ജനതയുടെ രക്തം കുതിർന്ന മണ്ണിൽ ഞങ്ങൾ കാൽ കുത്തി യത്. ഏതോ വിദൂരതയിൽനിന്ന് മഹാത്മാഗാന്ധിയുടെ നിലവിളികളെ നിശ്ശബ്ദമാക്കുംവിധം ഗോഡ്സെയുടെ കൊലവിളികൾ ഉയരുന്നുണ്ടായി രുന്നു. സർവ്വത്ര കനത്തുനിൽക്കുന്ന പ്രഛന്ന ഭീകരതയുടെ ചാരനിഴ ലിൽനിന്ന് ഗുജറാത്ത് അപ്പോഴും മോചനം നേടിക്കഴിഞ്ഞിരുന്നില്ല. അഭ യാർഥി ക്യാമ്പുകളെ ഭരിച്ചത് ഭയമായിരുന്നു. കണ്ണുനീരൊക്കെയും കണ്ടെടുക്കാനാവാത്തവിധം വറ്റിക്കഴിഞ്ഞിരുന്നു. അവർക്ക് പറയാനു ള്ളതെല്ലാം എളുപ്പം പറഞ്ഞുതീർക്കാൻ കഴിയാത്തതായിരുന്നു. അവർ ക്ക് ഓർത്തെടുക്കേണ്ടിയിരുന്നത് അവർ എന്നെന്നേക്കുമായി മറക്കാനാ ഗ്രഹിച്ച കാര്യങ്ങളായിരുന്നു. പീഡനങ്ങളുടെ കരളലിയിക്കുന്ന കഥകൾ. എത്ര നിർവികാരമായിട്ടാണവർ അതു വിവരിച്ചതെന്നോർക്കുമ്പോൾ ഇപ്പോഴും പേടി തോന്നുന്നു. സങ്കടങ്ങൾ ഒരു വിധം പറഞ്ഞു തീർന്ന പ്പോൾ, പറയാനാവാത്തതൊക്കെയും നെടുവീർപ്പുകളിലൊതുക്കി, ഒരു പഞ്ഞിക്കെട്ട് കണക്കെ, ഒരു യുവാവ് കടമ്മനിട്ടയുടെ ശരീരത്തിലേക്ക് വീണതും, അദ്ദേഹമവനെ മാറോടടക്കിപ്പിടിച്ച്, ആശ്വസിപ്പിച്ചതും ഇപ്പോ ഴും ഓർമയിൽ ഒരു നീറ്റലോടെ നിറയുന്നു. വംശഹത്യയുടെ ജീവിക്കു ന്ന സമര സ്രോതസ്സായിമാറിയ ബിൽക്കീസ് ബാനുവിന്റെ പങ്കാളിയും നീതിനിഷേധത്തിനെതിരായ പ്രക്ഷോഭത്തിൽ അവൾക്കൊപ്പം നിന്ന് പോരാളിയായും മാറിയ യാക്കൂബ് റസൂൽ ആയിരുന്നു ആ യുവാവ്!

കൂട്ടക്കൊല നടന്ന് ശ്മശാനമായി മാറിയ ഒരു സ്ഥലത്തുനിന്നും കിട്ടിയ നാല് വയസ്സുകാരനായ ഒരു കുഞ്ഞിനെയുമെടുത്ത് സമസ്ത സങ്കടങ്ങളും ഉള്ളിലൊതുക്കി നടക്കുകയായിരുന്ന ഹിന്ദുമത വിശ്വാസി യായ ഒരു സാമൂഹ്യപ്രവർത്തകന് ഫാസിസ്റ്റുകളിൽ നിന്നുണ്ടായ ഒര നുഭവം ഗുജറാത്ത് കൂട്ടക്കൊലകളെക്കുറിച്ചുള്ള അന്വേഷണങ്ങൾക്കിട യിൽ വേണ്ടത്ര അറിയപ്പെടാതെപോയ നിരവധി സംഭവങ്ങളിൽ ഒന്നാണ്. വംശഹത്യാ നാളുകളിൽ, ചില വാക്കുകൾപോലും ഗുജറാത്തിൽ മരണ കാരണമായി!. അതിലൊന്ന് അച്ഛൻ, അമ്മ എന്നർഥമുള്ള പൊതുവിൽ

മുസ്ലീങ്ങൾ ഉപയോഗിക്കുന്ന 'അബ്ബയും' 'അമ്മി'യുമാണ്. മുമ്പേ പരാമർശിച്ച ആ സാമൂഹ്യപ്രവർത്തകൻ ഒരു കുഞ്ഞിനെയെങ്കിലും രക്ഷിക്കാനായല്ലോ എന്ന ചാരിതാർത്ഥ്യത്തോടെ നടക്കുമ്പോഴാണ് കൊലയാളികളുടെ പിടിയിൽപെട്ടത്. ഇതെന്റെ കുഞ്ഞാണെന്ന് പറഞ്ഞ് രക്ഷപ്പെട്ടതിലുള്ള സന്തോഷത്തോടെ മുന്നോട്ടുനടക്കുമ്പോഴാണ്, തോളിൽ കിടക്കുന്ന ഇതൊന്നുമറിയാത്ത കുഞ്ഞ്, 'അബ്ബാ' എന്ന് വിളിച്ച് കരഞ്ഞത്. പിന്നെ താമസമുണ്ടായില്ല, കൊലയാളികൾ ഓടിവന്ന് കുഞ്ഞിനെ ബലാൽക്കാരമായി പിടിച്ചുവാങ്ങി പിച്ചിച്ചീന്തി. ആ കുഞ്ഞ് മരിച്ചു, അല്ല ക്രൂരമാംവിധം കൊല്ലപ്പെട്ടു. ഒരു നാല് വയസ്സുകാരൻ കുഞ്ഞ് ഒരബ്ബ വിളി കൊണ്ട് മാത്രം കൊല്ലപ്പെട്ടെങ്കിൽ, അമ്മി, എന്നതിനു പകരം 'മമ്മി' എന്ന് വിളിച്ചതുകൊണ്ട് രക്ഷപ്പെട്ട സോഫിയഖാൻ എന്നൊരു യുവതിയും ഗുജറാത്തിലുണ്ട്. ഗോധ്ര പ്ലാറ്റ്ഫോമിൽ, സ്വന്തം ഉമ്മക്കൊപ്പം നിൽക്കുകയായിരുന്ന സോഫിയഖാൻ എന്ന യുവതിയെ കടന്നുപിടിച്ച് ബലാൽക്കാരമായി തീവണ്ടിയിലേക്ക് തള്ളിക്കയറ്റാൻ സംഘപരിവാറുകാർ ശ്രമിക്കുമ്പോഴാണ്, മമ്മീ എന്ന് വിളിച്ച് അവൾ ഒച്ചവച്ചത്. 'മമ്മി' നിമിത്തം ഒരു സോഫിയ രക്ഷപ്പെട്ടു. അബ്ബ നിമിത്തം മറ്റൊരു കുട്ടി കൊല്ലപ്പെട്ടു. നമ്മൾ ഏതു യുഗത്തിലാണ് ജീവിക്കുന്നത്. ആധുനികയുഗത്തിലാണ് മറ്റുള്ള മനുഷ്യരെപ്പോലെ ഫാസിസ്റ്റുകളും ജീവിക്കുന്നതെന്നത് ആരോ വെറുതെ പറഞ്ഞ ചോര മണക്കുന്ന ഒരു നുണയായിരിക്കുമോ?

ഗുജറാത്തിനെക്കുറിച്ച് സംസാരിക്കാതെ, ഒഴിഞ്ഞുമാറിപ്പോകാനുള്ള പ്രവണത പൊതുവിൽ വളർന്നുവരുന്നതിന്റെ കാരണം ഫാസിസ്റ്റ് പ്രചാരണവിജയത്തെയാണ് ഓർമിപ്പിക്കുന്നത്. പാട്യാലയിൽ ആർ എസ് എസ് വളണ്ടിയറായി സേവനമനുഷ്ഠിച്ച ഒരു പ്രൊഫസർ തന്റെ വാർധക്യകാലത്ത്, കഴിഞ്ഞുപോയ ചില കാര്യങ്ങൾ ഓർക്കുന്നത്, *നിശ്ശബ്ദതയുടെ മറുപുറം* എന്ന ഉർവ്വശി ബൂട്ടാലയുടെ ഗ്രന്ഥത്തിൽ പറയുന്നുണ്ട്. പാട്യാലയിൽ ഒരു ആർ എസ് എസ് വളണ്ടിയർ ആയിരുന്നപ്പോൾ അയാളൊരു ബലാത്സംഗത്തിന് സാക്ഷിയായിരുന്നു. പീഡിതയായ സ്ത്രീ പിടയുന്നത് നിസ്സംഗമായി കണ്ടുനിൽക്കാൻ അന്നയാൾക്ക് കഴിഞ്ഞു. കാരണം അന്നയാൾ ഒരുറച്ച ഫാസിസ്റ്റ് വളണ്ടിയറായിരുന്നു. അമ്പത് വർഷങ്ങൾക്കുശേഷം ഇന്നയാൾ അന്നത്തെ സംഭവമോർത്ത് വിതുമ്പുന്നു. ആ സ്ത്രീയെക്കുറിച്ചോർത്ത് സങ്കടപ്പെടുന്നു. കാരണം ഇന്നയാൾ ആർ എസ് എസ് വളണ്ടിയറല്ല! ബി ബി സിയല്ല, ബി ബി സിയുടെ മുത്തച്ഛൻ വന്ന്, സംഭവിക്കാൻ പാടില്ലാത്ത കാര്യങ്ങളാണ് വംശഹത്യാ കാലത്ത് ഗുജറാത്തിൽ സംഭവിച്ചതെന്ന് എത്ര കൃത്യമായി കാണിച്ചുകൊടുത്താലും, ഫാസിസ്റ്റുകൾ ഫാസിസ്റ്റുകൾതന്നെയായിരിക്കുന്നിടത്തോളം കാലം അവരുടെ കണ്ണിൽനിന്ന് കുറ്റബോധത്തിന്റെ ഒരു തുള്ളിക്കണ്ണീർ

പോലും ഇറ്റുവീഴില്ല. അമ്പരന്നിട്ടൊരു കാര്യവുമില്ല, അതാണ് ഫാസിസം. കുഴിമാടങ്ങൾക്കു മുകളിൽ കയറി നിന്നവർ കാലിടറാതെ നൃത്തം ചവിട്ടും. എട്ട് മാസം ഗർഭിണിയായ കൗസർ ഭാനുവിന്റെ വയറ് പിളർത്തി ഭ്രൂണത്തെ വെളിയിലെടുത്ത്, രണ്ടുപേരെയും കത്തിച്ച് ചാരമാക്കിയ നരാധമനായ ബാബു ബജ്രംഗി പറഞ്ഞത്, "ഞാനത് ആസ്വദിക്കുന്നു സുഹൃത്തേ എന്നായിരുന്നു!"

ഒരു ഭീകര 'ഗുജറാത്തു'ണ്ടാവുന്നതും അതോടൊപ്പം വംശഹത്യയിൽ ജീവിതവും സമ്പത്തും മൂല്യങ്ങളും വെന്തെരിയുന്നത്, പ്രത്യക്ഷത്തിൽ കരുതപ്പെടുന്നതുപോലെ ഒരു റെയിൽവേ സ്റ്റേഷനിൽ വച്ചോ മറ്റൊരു ബസ് സ്റ്റോപ്പിൽ വച്ചോ അല്ല. വംശഹത്യ വിശകലന വിധേയമാക്കപ്പെടേണ്ടത്, ദീർഘകാലത്തെ ഹിന്ദുത്വ ഫാസിസ്റ്റ് രാഷ്ട്രീയപ്രവർത്തനങ്ങളുടെ അനിവാര്യമായ അനന്തരഫലമെന്ന നിലയിലാണ്. 2002 ൽ ഗുജറാത്തിലും 2008 ൽ ഒഡീഷയിലെ കന്ധമാലിലും 2013 ൽ യു പിയിലെ മുസഫർ നഗറിലും പിന്നീട് ഡൽഹിയിലും സത്യത്തിൽ എന്താണ് സംഭവിച്ചതെന്ന് ജനങ്ങളെ നിരന്തരം ഓർമിപ്പിക്കുന്നത്, പ്രസ്തുത ഭീകരതകൾക്ക് നേതൃത്വം നൽകിയവർക്ക് സഹിക്കുകയില്ല. അതു തടയുന്നതിനായി, വേണ്ടിവന്നാൽ, അവർ സാമ്രാജ്യത്വ വിരുദ്ധർ പോലുമാകും. *ഇന്ത്യ: ദ മോദി ക്വസ്റ്റ്യൻ* എന്ന ബി ബി സി ഡോക്യുമെന്ററിക്കെതിരായ ഫാസിസ്റ്റ് പ്രചാരണം, ആ അർഥത്തിൽ ഒരു 'കോമഡി ഷോ' മാത്രമാണ്! കോർപറേറ്റ് താൽപ്പര്യങ്ങളുടെ ഏറ്റവും മികച്ച നടത്തിപ്പുകാർ സ്വന്തം ഭീകരതകൾ മറച്ചുപിടിക്കാൻ വേണ്ടിയെങ്കിലും 'കൊളോണിയൽ മാനസികാവസ്ഥ'ക്കെതിരെ സംസാരിക്കുന്നത് അത്ര മോശം കാര്യമല്ലെങ്കിലും!

ചരിത്രം തിരുത്തി സവർക്കറെ, മഹാത്മാഗാന്ധിയുടെ സ്ഥാനത്തേക്ക് മാറ്റി പ്രതിഷ്ഠിക്കുന്നതിൽ ഫാസിസ്റ്റുകൾ പൂർണമായും വിജയിച്ചാൽ, വംശഹത്യകൾപോലും സാമ്രാജ്യത്വ വിരുദ്ധസമരമായി പ്രകീർത്തിക്കപ്പെടും. ''നമ്മുടെ സ്വാതന്ത്ര്യം നമുക്ക് നഷ്ടപ്പെട്ടു. എന്നാലും നമ്മുടെ ചരിത്രം നഷ്ടപ്പെടാൻ നാം അനുവദിക്കരുത്. കാരണം ചരിത്രം നശിക്കാതെ നിന്നാൽ സ്വാതന്ത്ര്യം വീണ്ടെടുക്കാം. എന്നാൽ ചരിത്രം തകർക്കപ്പെട്ടാൽ സ്വാതന്ത്ര്യം തിരികെ നേടുന്നതിന് നിരവധി തടസ്സങ്ങൾ തട്ടി മാറ്റേണ്ടിവരും" എന്ന് മഹാവീർ പ്രസാദ് ദ്വിവേദി പറഞ്ഞത്, നമ്മുടെ സ്വാതന്ത്ര്യസമരം കത്തിനിന്ന 1930 കളിലാണ്. അത് ഇന്നത്തെ അവസ്ഥയിലും വലിയൊരു ഭേദഗതി ആവശ്യമില്ലാത്തവിധം പ്രസക്തമാണ്.

"സ്നേഹത്തിൻ സ്പർശനം ഇല്ലാതായാൽ ജീവിതമെത്ര മേൽ ഭാരമാകും?" എന്ന് പാടി, മനുഷ്യസൗഹൃദങ്ങൾക്ക് ഊർജം പകർന്ന വാലി ഗുജറാത്തിയുടെ ശവകുടീരമടക്കം, വംശഹത്യാനാളുകളിൽ ഇടിച്ചു പൊളിക്കപ്പെട്ടു. 'ഫാസിസ്റ്റുകൾ ജയിച്ചാൽ മരിച്ചവർക്കുപോലും രക്ഷ

യുണ്ടാവില്ലെ'ന്ന് ജർമൻ ക്ലാസിക്കൽ ഫാസിസ്റ്റ് പശ്ചാത്തലത്തിൽ വാൾട്ടർ ബെഞ്ചമിൻ പറഞ്ഞത്, ഇന്ന് ഇന്ത്യനവസ്ഥയിലും ഒരു ഭേദഗതിയും കൂടാതെ പ്രസക്തമാണ്. ജന്മംകൊണ്ട് മഹാരാഷ്ട്രക്കാരനായിരുന്ന 'വാലി ഡക്കാനി, വാലി ഔറംഗാബാദി എന്നിങ്ങനെ 17-ാം നൂറ്റാണ്ടിൽ പ്രശസ്തനായ, ഉറുദു ഭാഷയുടെ പിതാവും കവിയും സൂഫിയുമായ വാലി സ്വയം ഗുജറാത്തിയെന്ന പേര് ആ പ്രദേശത്തോടുള്ള സ്നേഹം കാരണം ആരും ആവശ്യപ്പെടാതെ സ്വയം സ്വീകരിക്കുകയായിരുന്നു. അഹമ്മദാബാദ് പൊലീസ് ഹെഡ് ക്വാർട്ടേഴ്സിനുമുമ്പിലായിട്ടാണ് സർവമതസംഗമ സൗഹൃദവേദിയായ ആ ദർഗ സമീപകാലം വരെ നിലനിന്നുപോന്നത്. എന്നിട്ടുപോലും, വംശഹത്യാ നാളുകളിൽ അത് തകർക്കപ്പെട്ടു. തൽസ്ഥാനത്ത് ഇപ്പോഴുള്ളത് ടാറിട്ടൊരു റോഡാണ്. ജാതിമത വ്യത്യാസമില്ലാതെ ഇപ്പോഴും മനുഷ്യർ ആ ടാറിട്ട റോഡ്, വാലി ഗുജറാത്തിയുടെ ദർഗയാണെന്ന് മനസ്സിൽ സങ്കൽപിച്ച് പൂക്കൾ സമർപ്പിക്കുന്നു; പിറകെ വരുന്ന വാഹനം അതിന്റെ മുകളിലൂടെ അടുത്ത നിമിഷം കയറിയിറങ്ങുമെന്നറിഞ്ഞുകൊണ്ട്! അരഞ്ഞ് കുഴമ്പു പാകത്തിലായ ആ പൂക്കൾ വർത്തമാനകാല ഇന്ത്യനവസ്ഥയെ അടയാളപ്പെടുത്തുന്ന ഒരസ്വസ്ഥ രൂപകമാണ്. സാക്ഷികളാവാൻ പോലും കഴിയാതെ പോവുന്ന നിസ്സഹാരായ 'മനുഷ്യർ' എന്നും പറയാം. വരാനിരിക്കുന്ന ഏതോ വിപത്ത് മുൻകൂട്ടി മനസ്സിലാക്കി സ്വന്തം സ്ഥാപനങ്ങൾ, 'തുളസി', 'അഭിലാഷ്' എന്നീ പ്രകാരമുള്ള പെട്ടെന്ന് മുസ്ലീം ഹോട്ടലുകളാണെന്ന് തിരിച്ചറിയാത്ത വിധമുള്ള പേരുകൾ കൊടുത്തിട്ടും, 'ശുദ്ധ വെജിറ്റേറിയൻ' (!) ആയിരുന്നിട്ടും, ആ കടകളും ആക്രമിക്കപ്പെട്ടു. അവർക്കെന്തെങ്കിലും നഷ്ടപരിഹാരം കിട്ടുമോ എന്നറിയില്ല. എന്നാൽ ആ വിധമുള്ള നഷ്ടപരിഹാരത്തെക്കുറിച്ച് ആലോചിക്കാൻ പോലും അവസരം കിട്ടാതെ, അവസാനിച്ചുപോയവരിൽ, ആരുടെയും ചങ്കു പിളർക്കുന്ന, വേണ്ടത്ര അറിയപ്പെടാതെ പോയ ഒരു തെരുവ് കച്ചവടക്കാരൻ കുട്ടിയുടെ സങ്കടകഥയുണ്ട്. ചരിത്രത്തിൽ ഇടംപിടിക്കാതെ പോയ ആ കുട്ടിക്ക്, മലയാള ഭാഷയിൽ, ഒരു സ്മാരകം ഉയർന്നു. അതാണ് കടമ്മനിട്ടയുടെ *അശ്വത്ഥം* എന്ന, അത്രമാത്രം അവതരിപ്പിക്കപ്പെടാതെപോയ എന്നാൽ ഏറെ അവതരിപ്പിക്കപ്പെടേണ്ട കവിത. സ്കൂളിൽ മറ്റ് കൂട്ടുകാർക്കൊപ്പം പഠിച്ചും കളിച്ചും തിമർക്കേണ്ടൊരു പ്രായത്തിൽ ബീഹാറിൽനിന്നും കളിപ്പാട്ട വിൽപനക്കാരനായി ഗുജറാത്തിലെത്തിയ കമ്രേത്തലം എന്ന പതിനാലു വയസ്സുകാരനെ, വംശഹത്യാ ഭീകരർ ചുട്ടുകരിച്ച ദാരുണസംഭവമാണ്, 'കടമ്മനിട്ട', 'അശ്വത്ഥം' എന്ന കവിതയിൽ, കണ്ണീരും ചോരയും കലർന്ന വാക്കുകളിൽ കുറിച്ചിട്ടത്.

'ഇത് ബാപ്പുജി നഗർ, അപ്പുറം അതിർത്തിയാണ്' എന്ന് യാത്രക്കിടയിൽ ഞങ്ങളോടൊപ്പമുണ്ടായിരുന്നവർ പറഞ്ഞപ്പോൾ, 'അതിർത്തിയോ', നമ്മുടെ സ്വന്തം രാജ്യത്തിനകത്തോ എന്ന് ഞങ്ങൾ അന്

ധാളിച്ചു നിൽക്കെ; കത്തിക്കരിച്ച ചെറിയൊരു ആൽമരത്തിന്റെ കുറ്റി ഇനിയും പറയാനേറെയുണ്ടെന്നറിയിച്ച്, ബാപ്പുജി നഗറിലെ വഴിയോരത്ത് പകച്ചുനിൽക്കുന്നുണ്ടായിരുന്നു. തണലേകുന്ന ആ മരത്തിൽ വരിഞ്ഞു കെട്ടിയതിനുശേഷമാണവർ, ആ കുട്ടിയോടൊപ്പം, ആ മരത്തെയും, അവശിഷ്ടങ്ങളൊന്നും ബാക്കിയാവരുതെന്ന ദുരാഗ്രഹത്തോടെ ചുട്ടുകരിച്ചത്. എന്നിട്ടും കരിഞ്ഞ് ബാക്കിയായ ആ, ആൽമരക്കുറ്റി സ്മരണകൾക്ക് കാവലായി വലിയൊരു ചരിത്ര ദൗത്യം നിർവ്വഹിച്ചു. എന്നെങ്കിലും അവൻ വരാതിരിക്കില്ലെന്നു കരുതി ഒരുപക്ഷേ ഇപ്പോഴും ബീഹാറിലെ ഏതോ ഗ്രാമത്തിൽ കമ്രേത്തലത്തിന്റെ കുടുംബം ആ കുട്ടിയെ കാത്തിരിക്കുന്നുണ്ടാവും! കടമ്മനിട്ടയുടെ പ്രശസ്തമായ *ക്യാ* എന്ന കവിതയും, അതുപോലെതന്നെ പ്രശസ്തമാകേണ്ടിയിരുന്ന, *ബാപ്പുജി നഗറിലെ അശ്വത്ഥ*വും എഴുതപ്പെട്ടത്, ഒരു ദൃശ്യാവിഷ്കാരത്തിലും പതിയാനിടയില്ലാത്ത വംശഹത്യയുടെ ഇരുട്ടിടങ്ങളിൽ വെച്ചാണ്. ഭഗവദ്ഗീതയിലെ 'വിഭൂതിയോഗ'ത്തിലെ വിഷ്ണുവിന്റെ വൃക്ഷ രൂപമായ അശ്വത്ഥത്തിന്, വംശഹത്യക്കാലത്ത് സംഭവിച്ച ഭാവപ്പകർച്ചയുടെ നടുക്കമാണ് ആ കവിത പങ്കുവെക്കുന്നത്.

> ''ബാപ്പുജി നഗറിലെ വഴിയോരത്ത്
> വിഭൂതിയോഗത്തിലെ വിഷ്ണുവിന്റെ
> വൃക്ഷരൂപമായ അശ്വത്ഥം
> അനാഥനായ കമ്രേത്തലം എന്ന പതിനാലുകാരൻ
> ബീഹാറി മുസ്ലീമിന് അഭയമായിരുന്നു
> കൊട്ടാരം വിട്ടിറങ്ങിയ സിദ്ധാർത്ഥന് അഭയം നൽകി
> ശ്രീബുദ്ധനാക്കിയത് ബീഹാറിലെ ഒരശ്വത്ഥം
> ആലിത്തിന്നിയതറിയാമായിരുന്നോ എന്തോ?
> അരയാലിൻ ചുവട്ടിൽ അഭയം ലഭിച്ചതിൽ
> കമ്രേത്തലത്തിന് ആശ്വാസം തോന്നിയോ?
> നട്ടുച്ചക്ക് ഒരു കൂട്ടം വൈഷ്ണവർ
> ആഘോഷാരവങ്ങളോടെ ആലിൻചുവട്ടിലെത്തി
> ആലത്തിന് പെട്രോൾ കൊണ്ടഭിഷേകം
> അഗ്നിപൂജ, അഗ്നി രൂപം ധരിച്ച കമ്രേത്തലം
> ഒരു ഗോളമായ് വിഷ്ണുപദം പ്രാപിച്ചു
> അശ്വത്ഥവുമാളിക്കത്തി ആർപ്പുവിളിച്ചു
> എന്നാൽ ആലത്തിന്റെ ചാരം പോലും
> അശ്വത്ഥത്തിനു വളമായില്ല
> കത്തിക്കരിഞ്ഞ വിഷ്ണുവിഗ്രഹം''
>
> *ബാപ്പുജി നഗറിലെ അശ്വത്ഥം*

കൊല്ലപ്പെട്ടവർ കൊല്ലപ്പെട്ടവരാണ്. ജീവിച്ചിരിക്കുന്നവരോ ജീവിച്ചിരിക്കുന്നവരും! അതുകൊണ്ടുതന്നെ നാം കൊല്ലപ്പെട്ടവർക്കു വേണ്ടി കൂടി ജീവിക്കണം. കമ്രേത്തലം അടക്കമുള്ള പേരറിയാവുന്നവരും പേരറിയാത്തവരുമായ നിസ്സഹായരും നിരപരാധികളുമായ അനേകം മനുഷ്യർ പാട്ടായും കവിതയും കഥയും ദൃശ്യാവിഷ്കാരങ്ങളായും, നമുക്കിടയിൽ സമരോത്സുകമായ സ്മരണകളായി പടരണം. അവർ, ഫാസിസ്റ്റുകൾ ചരിത്രം മാച്ചുകളയുമ്പോൾ, കൊല്ലപ്പെട്ടിട്ടും മരിക്കാത്ത ജീവിതങ്ങൾക്ക് നമ്മൾ മതനിരപേക്ഷ മനുഷ്യർ കാവൽനിൽക്കണം.

"You write injustice on earth
We will write revolution in the sky
Everything will be remembered
Everything recorded."

(Amir Aziz) •

ഉണർന്നിരിക്കുക:
ഗുജറാത്ത് വംശഹത്യ സിനിമയിൽ

ജി പി രാമചന്ദ്രൻ

രണ്ടായിരത്തി രണ്ടിലെ ഫെബ്രുവരി, മാർച്ച് കാലയളവിലെ അതിഭീകരമായ വംശഹത്യ നടന്നിട്ട് ഇരുപത്തൊന്ന് വർഷം കഴിഞ്ഞു. ഗുജറാത്തിന്റെയും ഇന്ത്യയുടെയും മുറിവുകൾ ഉണങ്ങിയോ? ഏതു കനലാണ് വെള്ളമൊഴിക്കാതെ തന്നെ നാം കെടുത്തി എന്ന് ആശ്വസിക്കുന്നത്? ഗുജറാത്ത് വംശഹത്യ പ്രമേയമായി എടുത്ത നിരവധി സിനിമകളിൽ നിന്നേതാനും ചിലതിനെ പരിചയപ്പെടുത്താനാണീ ലേഖനം കൊണ്ടുദ്ദേശിക്കുന്നത്.

രാഹുൽ ധൊലാക്കിയയുടെ *പർസാനിയ* (2005) ഉണർന്നിരിക്കാനുള്ള ഒരാഹ്വാനമാണ്, നമ്മുടെ തൊട്ടടുത്തു തന്നെയുള്ള ഒരു ലോകത്തെക്കുറിച്ചുള്ള ശക്തമായ ഒരു വെളിപ്പെടുത്തലാണത്, പുറമെ ശാന്തമെന്നു തോന്നിപ്പിക്കുന്ന ഉപരിതലത്തിനടിയിലെ രക്തദാഹത്തിലേക്കുള്ള ഒരു ചൂണ്ടുപലകയുമാണത്. മുസ്ലീങ്ങൾ അധികമായി താമസിക്കുന്ന അഹമ്മദാബാദിലെ ഒരു മധ്യവർഗ ഹൗസിങ് കോളനിയിലാണ് സൈറസിന്റെ(നസറുദ്ദീൻ ഷാ) കുടുംബം താമസിക്കുന്നത്. അദ്ദേഹം പാഴ്സി മതത്തിൽ പെട്ടയാളാണ്. ഇന്ത്യയിലും ഗുജറാത്തിലും നടന്നിട്ടുള്ള നിരവധി വർഗീയകലാപങ്ങളിൽ ഒരു പക്ഷത്തും ഇക്കാലമത്രയും അണിചേർന്നിട്ടില്ലാത്ത തീരെ ചെറിയ ന്യൂനപക്ഷമായ മതവിഭാഗമാണ് പാഴ്സികളുടേത്. അവരിൽ പലരുടെയും പേരുകളിൽ മുസ്ലിം ഛായയുണ്ടെന്നതുകൊണ്ട് ഹിന്ദു വർഗീയാക്രമണങ്ങളിൽ പീഡിപ്പിക്കപ്പെടാനുള്ള സാധ്യതയുമുണ്ട്. സൈറസിന്റെ ഭാര്യയുടെ പേര് ഷെർനാസ് (സരിക) എന്നും മക്കളുടെ പേര് പർസാൻ, ദിൽഷാദ് എന്നുമാണ്. ഗോധ്ര കൂട്ടക്കൊലയ്ക്കുശേഷം നടന്ന ഗുജറാത്ത് വംശഹത്യക്കിടയിൽ പെട്ട് ചിന്നിച്ചിതറി

പ്പോകുന്ന ഈ കുടുംബത്തിലെ മറ്റു മൂന്നംഗങ്ങൾക്ക് കുഴപ്പമൊന്നും സംഭവിക്കുന്നില്ലെങ്കിലും പത്തുവയസ്സുകാരനായ പർസാനിനെ കാണാതാകുന്നു. ചോക്ലേറ്റുകൊണ്ട് കെട്ടിടങ്ങളും ഐസ്ക്രീം കൊണ്ട് കുന്നുകളും കെട്ടിയുണ്ടാക്കി അവിടെ ക്രിക്കറ്റ് മാത്രമുള്ള ഒരു ഉട്ടോപ്യൻ ലോകം (അതിന്റെ പേരാണ് പർസാനിയ) സൃഷ്ടിക്കാമെന്നു സ്വപ്നം കണ്ടിരുന്ന നിഷ്കളങ്കനായ ആ ബാലനെ അന്വേഷിച്ച് സൈറസും ഷെർനാസും ദിൽഷാദും കുഴങ്ങുന്നു. കലാപത്തിനു തൊട്ടുമുമ്പ് ഈ കുടുംബവുമായി പരിചയത്തിലാവുന്ന അലൻ എന്ന അമേരിക്കക്കാരന്റെ കണ്ണിലൂടെയാണ് സിനിമയുടെ ഇതിവൃത്തം ചുരുൾ നിവരുന്നത്. ഈ രാജ്യത്തെ കു ക്ലക്സ് ക്ലാൻ (അമേരിക്കയിലെ വർണവെറി പിടിച്ച വെള്ള ഭീകരർ) ആണ് സംഘപരിവാർ എന്നതു പോലുള്ള നിരീക്ഷണങ്ങൾ അലൻ നടത്തുന്നുണ്ട്. ഗുജറാത്ത് വംശഹത്യയുടെ കാലത്ത് അഹമ്മദാബാദിലെ ഗുൽബർഗ് സൊസൈറ്റിയിൽ നിന്ന് കാണാതായ അസ്ഹർ എന്ന പതിമൂന്നുകാരൻറ കഥ തന്നെയാണ് പർസാനിയയിൽ ചിത്രീകരിച്ചിരിക്കുന്നത്. അസ്ഹറിന്റെ അച്ഛനായ ധാരാ മോദിയും അമ്മയും പെങ്ങളും അഭയം തേടിയത് മുൻ കോൺഗ്രസ് എം പിയായിരുന്ന ഇസ്ഹാൻ ജാഫ്രിയുടെ ഫ്ളാറ്റിലായിരുന്നു. ജാഫ്രിയെയും കുടുംബത്തെയും പൈശാചികമായി ചുട്ടുകൊല്ലുന്നതിന് അവർ സാക്ഷികളായി. ചിത്രം അവസാനിക്കുമ്പോൾ ഇനിയും കണ്ടെത്തിയിട്ടില്ലാത്ത അസ്ഹറിന്റെ ഫോട്ടോ കാണിച്ചുകൊണ്ട് സംവിധായകൻ എല്ലാവരോടുമായി അവനെ വിടെയെങ്കിലും ജീവിച്ചിരിക്കുന്നുണ്ടെങ്കിൽ അച്ഛനമ്മമാരുടെയും സഹോദരിയുടെയും അടുത്തേക്ക് തിരിച്ചു കൊണ്ടെത്തിക്കണമെന്ന് അപേക്ഷിക്കുന്നു. ഗുജറാത്തുകാരൻ തന്നെയായ സംവിധായകൻ രാഹുൽ ധൊലാക്കിയ, വംശഹത്യക്കെതിരെ സംസാരിച്ചില്ലെങ്കിൽ തന്റെ കുറ്റബോധത്തെ തുറന്നുകാണിക്കലാവില്ലെന്നു കരുതുന്നതുകൊണ്ടാണ് താനീ ഉദ്യമത്തിന് മുതിർന്നതെന്ന് പറയുകയുണ്ടായി.

രാകേശ് ശർമയുടെ പ്രസിദ്ധമായ *ഫൈനൽ സൊല്യൂഷൻ* (2004) എന്ന ഡോക്യുമെന്ററിയിൽ വിശദീകരിക്കുന്നതു പോലെ, ഗുജറാത്തിൽ അന്യ മതസ്ഥരെ ആക്രമിക്കാൻ ഫാസിസ്റ്റ് സംഘടനകളുടെ അംഗങ്ങളും അനുയായികളും അല്ലാത്തവരുമായ നിരവധി സാധാരണക്കാരെ പ്രേരിപ്പിക്കുന്ന ഒരു രാസത്വരകം അയാളുടെ/അവളുടെ ബോധാബോധ മനസ്സിൽ തന്നെയാണ് പ്രവർത്തനക്ഷമമാകുന്നത്. അതായത് വർഗീയാന്ധത പിടികൂടിയ ഏതെങ്കിലും സംഘടനയുടെയോ വിഭാഗത്തിന്റെയോ ആപ്പീസല്ല, മറിച്ച് ആ സംസ്ഥാനത്ത് അധിവസിക്കുന്ന വലിയൊരു വിഭാഗം ജനതയുടെ വ്യക്തിപരവും ആൾക്കൂട്ടപരവുമായ മനസ്സുകളാണ് യഥാർത്ഥ ആയുധപ്പുരകൾ. അവയെ സ്ഫോടനാത്മകമാക്കുന്നതിനാവശ്യമായ വെറുപ്പ് എന്ന ഇന്ധനം ചീറ്റിനിറക്കാൻ പ്രസംഗങ്ങൾ, ലഘു

ലേഖകൾ, ഊഹാപോഹങ്ങൾ, അസത്യ വാർത്തകൾ അങ്ങനെ പലതും നിരന്തരം പ്രവർത്തനസജ്ജമായി പ്രയാണം നടത്തിക്കൊണ്ടിരിക്കുക തന്നെയാണ്. വസ്തുതാപരമായിരിക്കെത്തന്നെ നിർമമമായ രൂക്ഷപരിഹാസം(സർക്കാസം) സാന്ദ്രമായി തിങ്ങി നിൽക്കുന്നതരം അവതരണ രീതിയുള്ള ഈ അമ്പരപ്പിക്കുന്ന ഡോക്യുമെന്ററിയിലൂടെ രാകേശ് ശർമ വെളിപ്പെടുത്തിയത് ഇന്ത്യ തന്നെ ഏതു നേരവും പൊട്ടിത്തെറിക്കാവുന്ന ഒരു ടൈം ബോംബിലാണ് അതിന്റെ നിത്യവ്യവഹാരങ്ങളുടെ ചടുലതകൾ വിന്യസിപ്പിച്ചിരിക്കുന്നത് എന്നായിരുന്നു. ഈ ചിത്രം ലോകവ്യാപകമായി നിരവധി മേളകളിൽ പങ്കെടുക്കുകയും കുറേയേറെ അവാർഡുകൾ നേടുകയുമുണ്ടായി. ജർമനിയിലും ആസ്ത്രേലിയയിലുമടക്കം പല രാജ്യങ്ങളിലും തിയേറ്റർ റിലീസ് ചെയ്യുകയുമുണ്ടായി. ഇന്ത്യയിലും ഫൈനൽ സൊല്യൂഷൻ വ്യാപകമായി പ്രദർശിപ്പിക്കപ്പെട്ടിട്ടുണ്ട്. എന്നാൽ ഔപചാരിക സെൻസറിങ്ങിന് ഈ ചിത്രം വിധേയമാക്കിയപ്പോൾ വൻ വിവാദങ്ങൾക്ക് വഴിവെച്ചു. ആദ്യഘട്ടത്തിൽ സെൻസറിങ്ങിന്റെ കാര്യത്തിൽ തീരുമാനമെടുക്കാതെയും ഞൊട്ടു ന്യായങ്ങൾ പറഞ്ഞും നടപടിക്രമങ്ങൾ വൈകിക്കുകയും അവ്യക്തവും നിസ്സാരവുമായ കാരണങ്ങൾ നിരത്തിയുള്ള കത്തുകൾ സംവിധായകന് കൈമാറുകയും ചെയ്തപ്പോൾ അദ്ദേഹം കോടതിയെ സമീപിക്കുകയുണ്ടായി. പിന്നീട് യു പി എ സർക്കാർ അധികാരത്തിലെത്തിയിട്ടും ചിത്രത്തിന് പ്രദർശനാനുമതി കൊടുക്കാൻ സെൻസർ ബോർഡ് തയ്യാറായില്ല. അന്ന് സെൻസർബോർഡ് ചെയർമാനായിരുന്ന അനുപം ഖേർ ഈ കള്ളക്കളിക്ക് കൂട്ടുനിന്നതിന്റെ പേരിൽ നിശിതമായി വിമർശിക്കപ്പെട്ടു. തുടർന്ന് അദ്ദേഹത്തിന് സ്ഥാനമൊഴിയേണ്ടിയും വന്നു. ഇതിനെ തുടർന്നാണ് *ഫൈനൽ സൊല്യൂഷന്* സർട്ടിഫിക്കറ്റ് ലഭിച്ചത്. തന്നെ അപമാനിച്ചുവെന്ന് ആരോപിച്ച് അനുപം ഖേർ അന്നത്തെ സി പി ഐ (എം) ജനറൽ സെക്രട്ടറി ഹർകിഷൻ സിങ് സുർജിത്തിനെതിരെ മാനനഷ്ടത്തിന് കേസ് കൊടുക്കുമെന്ന് പറഞ്ഞിരുന്നെങ്കിലും അത് തനിക്ക് തിരിച്ചടിയാകുമെന്ന് ഭയന്നിട്ടാവണം മുന്നോട്ടുപോയില്ല. എന്നാൽ ഈ ചിത്രത്തിനും ഗുജറാത്ത് വംശഹത്യ വിഷയമാക്കിയ മറ്റു ചിത്രങ്ങൾക്കുമെതിരായ ഒളിയുദ്ധങ്ങൾ ഇപ്പോഴും അവസാനിച്ചിട്ടില്ല എന്നതിന്റെ തെളിവാണ് ബി ബി സി ഡോക്യുമെന്ററി ഇന്ത്യയിൽ നിരോധിക്കപ്പെട്ടത്.

ശുഭ്രദീപ് ചക്രവർത്തി സംവിധാനം ചെയ്ത *ഗോധ്ര തക്ക് ദ ടെറർ ട്രെയിൻ* (2003) എന്ന അമ്പതു മിനുറ്റ് ദൈർഘ്യമുള്ള ഡോക്യുമെന്ററി ഗോധ്ര തീവണ്ടി കത്തിക്കലിന്റെ പിന്നിലെ നിഗൂഢതകളിലേക്ക് വെളിച്ചം വീശുന്നു. ഷാറിക് മിർഹാജ് സംവിധാനം ചെയ്ത ചാന്ദ് ഭുജ് ഗയ (2005) എന്ന ഫീച്ചർ സിനിമയും നിരവധി തടസ്സവാദങ്ങൾക്കു ശേഷമാണ് പ്രദർശിപ്പിക്കപ്പെട്ടത്. ഈ ചിത്രത്തിലെ വില്ലന് നരേന്ദ്രമോദിയുമായി രൂപസാ

ദൃശ്യം ഉണ്ട് എന്നതായിരുന്നു മുഖ്യപ്രശ്നം. രമേഷ് പിംപിൾ സംവിധാനം ചെയ്ത ഇരുപതു മിനിറ്റ് ദൈർഘ്യമുള്ള ആംഗ്വിഷ് (2003) എന്ന ഡോക്യുമെന്ററിയും സെൻസർ ബോർഡ് നിരോധിക്കുകയുണ്ടായി. "ഗുജറാത്ത് കലാപത്തിന്റെ അക്രമസംഭവങ്ങൾ ആളുകളുടെ ശ്രദ്ധയിലേക്ക് വീണ്ടും എത്തിക്കുന്ന ചിത്രമാണിത്, ഈ ചിത്രം സർക്കാരിനെയും പൊലീസിനെയും മോശമായി ചിത്രീകരിക്കുന്നു, ചിത്രമാകപ്പാടെ എടുത്താൽ നെഗറ്റീവായ മൂല്യങ്ങൾക്കാണ് ഊന്നൽ കൊടുക്കുന്നത്, അത് ജനങ്ങളെ വർഗീയവിദ്വേഷത്തിലേക്ക് നയിച്ചേക്കും" എന്നാണ് സെൻസർബോർഡ് അഭിപ്രായപ്പെട്ടത്. ഗുജറാത്ത് വംശഹത്യ വിഷയമാക്കി മലയാളിയായ ഗോപാൽ മേനോൻ സംവിധാനം ചെയ്ത *ഹേ റാം* (2002) എന്ന ഡോക്യുമെന്ററിയുടെ പ്രദർശനം കേരളത്തിലടക്കം പലയിടങ്ങളിലും തടയപ്പെടുകയുണ്ടായി. ഗോധ്രയിൽ മുസ്ലീങ്ങൾ എങ്ങനെയാണ് തീവണ്ടി കത്തിച്ചതെന്ന് വിശദീകരിക്കുന്ന ഒരു ഹ്രസ്വ ചിത്രം വിശ്വഹിന്ദു പരിഷത്ത് (വി എച്ച് പി) തയ്യാറാക്കിയത് നിയമസഭാ തിരഞ്ഞെടുപ്പിന് തൊട്ടു മുമ്പായി ഗുജറാത്തിലുടനീളം പ്രദർശിപ്പിച്ചിരുന്നു. ഈ ചിത്രത്തിന് സെൻസർ സർട്ടിഫിക്കറ്റോ പൊലീസ് അനുമതിയോ ഇല്ലായിരുന്നെങ്കിലും ഒരിടത്തും തടയപ്പെട്ടതേ ഇല്ല. ഈ ചിത്രത്തിൽ നിന്നുള്ള ദൃശ്യങ്ങൾ ഫൈനൽ സൊല്യൂഷനിൽ എടുത്തു ചേർത്തിട്ടുണ്ട്. മാത്രമല്ല, തന്റെ ചിത്രത്തിന് സർട്ടിഫിക്കറ്റ് നിഷേധിച്ച സെൻസർ ബോർഡ് നടപടിക്കെതിരെ രാകേശ് ശർമ എഴുതിയ മറുപടിയിൽ ഈ വി എച്ച് പി ചിത്രത്തിനെതിരെ ഒരു നടപടിയും എടുക്കാത്തതെന്തുകൊണ്ടാണ് എന്ന് ചോദിച്ചിരുന്നു. സ്വാഭാവികമായും മറുപടിയൊന്നും തന്നെ ലഭിച്ചില്ല. ഗുജറാത്ത് വംശഹത്യയെക്കുറിച്ചെടുത്ത *ഈവിൾ സ്റ്റോക്സ് ദ ലാന്റ്* (2002) എന്ന ഡോക്യുമെന്ററിയുമായി ഇന്ത്യയിലെമ്പാടും സഞ്ചരിക്കുകയും പുനരധിവാസ പ്രവർത്തനങ്ങൾക്ക് നേതൃത്വം കൊടുക്കുന്നതിനായി ഗുജറാത്തിലെ അഭയാർത്ഥിക്യാമ്പുകളിൽ മാസങ്ങളോളം താമസിക്കുകയും ചെയ്ത ഗൗഹർ രാസ പറയുന്നതുപോലെ തികഞ്ഞ അസഹിഷ്ണുതയായിരിക്കുന്നു നമ്മുടെ കാലത്തിന്റെ കൊടിയടയാളം. അദ്ദേഹത്തിന്റെ ചിത്രം മുംബൈയിലും ഗോവയിലും തടയപ്പെടുകയുണ്ടായി.

2008 ലിറങ്ങിയ *ഫിറാഖ്,* അഭിനേത്രി കൂടിയായ നന്ദിതാ ദാസ് ആണ് സംവിധാനം ചെയ്തത്. വിയോഗം, അന്വേഷണം എന്നിങ്ങനെ രണ്ടർത്ഥങ്ങളാണ് ഫിറാഖ് എന്ന അറബി വാക്കിനുള്ളത്. ഒരായിരം വസ്തുതകളിൽ നിന്ന് കടഞ്ഞെടുത്തത് എന്ന വിശേഷണത്തോടെയാണ് ഫിറാഖ് അവതരിപ്പിക്കപ്പെട്ടത്. നസറുദ്ദീൻ ഷാ, ദീപ്തി നാവൽ, നവാസുദ്ദീൻ സിദ്ദീഖി, എന്നിങ്ങനെ മുഖ്യധാരയിലുള്ള അഭിനേതാക്കൾ തന്നെ അഭിനയിച്ച ഫിറാഖ് ലോകവ്യാപകമായി മേളകളിലും അല്ലാതെയും പ്രദർശിപ്പിക്കപ്പെട്ടു. സിംഗപ്പൂർ, തെസ്സലോനിക്കി, കാര, കേരളം (ഐ എഫ്

എഫ് കെ) എന്നീ മേളകളിൽ പുരസ്കാരങ്ങൾ നേടിയ ഫിറാഖിന് രണ്ട് ദേശീയ അവാർഡുകളും ലഭിച്ചു. എന്നാൽ, ചിത്രം ഗുജറാത്തിൽ നിരോധിക്കപ്പെട്ടു. ഇരുപത്തിനാലു മണിക്കൂർ മാത്രം നീണ്ടുനിൽക്കുന്ന കാലയളവിലെ സംഭവങ്ങൾ ചിത്രീകരിക്കുന്ന ഫിറാഖ്, 2002 മാർച്ചിലെ ഒരു ദിവസമാണ് തെരഞ്ഞെടുത്തിട്ടുള്ളത്. വാലി ഗുജറാത്തി എന്ന സൂഫി കവിയുടെ മഖ്ബറ (ശവകുടീരം) തകർത്തത്, സംഗീതജ്ഞനായ ഖാൻ സാഹെബി(നസറുദ്ദീൻ ഷാ)നെ ദുഃഖിപ്പിക്കുന്നുണ്ടെങ്കിലും എല്ലാം അവസാനിച്ചെന്ന് അദ്ദേഹം കരുതുന്നില്ല. തനിക്ക് ആക്രമിക്കപ്പെട്ടവരെ സഹായിക്കാനായില്ലല്ലോ എന്നതിലാണ് ആരതി (ദീപ്തി നാവൽ) ആകുലപ്പെടുന്നത്. അവളുടെ ഭർത്താവും കൂട്ടുകാരനുമാകട്ടെ, കൂട്ടബലാത്സംഗക്കുറ്റത്തിൽ നിന്ന് രക്ഷപ്പെടാനുള്ള തന്ത്രങ്ങൾ മെനയുകയാണ്. യുവ ദമ്പതികളായ മുനീറയുടെയും ഹനീഫിന്റെയും വീടും സാമാനങ്ങളും കൊള്ളയടിക്കപ്പെടുന്നു. അവരുടെ വീട് കത്തിച്ചാരമാകുന്നു. അക്രമം ആരെയും വെറുതെ വിടുന്നില്ല. •

www.ingramcontent.com/pod-product-compliance
Lightning Source LLC
LaVergne TN
LVHW060140051026
849517LV00007B/2524
9789394753839